தனிமையின் நூர் வருடங்கள்

தனிமையின் நூறு வருடங்கள்
மலையாளச் சிறுகதைகள்

தோப்பில் முஹம்மது மீரான் (பி. 1944)
மொழிபெயர்ப்பாளர்

குமரி மாவட்டத்தின் கடற்கரைக் கிராமமான தேங்காப் பட்டணம் இவரின் சொந்த ஊர். தந்தை முஹம்மது அப்துல் காதர். தாயார் முஹம்மது பாத்திமா. தோப்பு என்பது இவரின் வீட்டுப் பெயர்.

தேங்காப்பட்டணம் அரசு தொடக்கப்பள்ளியிலும், அம்சி உயர்நிலைப்பள்ளியிலும், நாகர்கோவில் தெ.தி. இந்துக் கல்லூரியிலும் கல்வி பயின்றார்.

தமிழ் தாய்மொழி. கல்வி பயின்றது மலையாளத்தில்.

தமிழில் ஐந்து நாவல்களும், ஆறு சிறுகதைத் தொகுப்பு களும், மலையாளத்தில் இரண்டு நாவல்களும் வெளிவந்திருக் கின்றன. சாகித்ய அக்காதெமி விருது உட்படப் பல்வேறு விருதுகள் பெற்றிருக்கிறார். 'ஒரு கடலோர கிராமத்தின் கதை'யின் ஆங்கில மொழிபெயர்ப்பு 'Cross Word Book Award'க்குப் பரிந்துரை செய்யப்பட்டது.

மனைவி: ஜலிலா, மகன்கள்: ஷமிம் அகம்மது, மிர்ஷாந் அகம்மது.

தனிமையின் நூர் வருடங்கள்

மலையாளத்திலிருந்து தமிழில்

தோப்பில் முஹம்மது மீரான்

காலச்சுவடு பதிப்பகம்

தனிமையின் நூர் வருடங்கள் • மலையாளச் சிறுகதைகள் • தமிழில்: தோப்பில் முஹம்மது மீரான் • © ஆசிரியர்களுக்கு • மொழிபெயர்ப்புரிமை: தோப்பில் முஹம்மது மீரான் • முதல் பதிப்பு: டிசம்பர் 2014 • வெளியீடு: காலச்சுவடு பப்ளிகேஷன்ஸ் (பி) லிட்., 669, கே. பி. சாலை, நாகர்கோவில் 629001

காலச்சுவடு பதிப்பக வெளியீடு: 618

tanimaiyin nuur varuTankaL • ShortStories • Translated from Malayalam: Thoppil Mohamed Meeran • © Authors• Translation copyright: Thoppil Mohamed Meeran • Language: Tamil • First Edition: December 2014

Published by Kalachuvadu Publications Pvt. Ltd., 669, K.P. Road, Nagercoil 629001, India• Phone: 91-4652-278525 • e-mail: publications@ kalachuvadu.com

ISBN: 978-93-82033-84-4

12/2014/S.No. 618, kcp 1207, 18.6 (1) ILL

பொருளடக்கம்

தனிமையின் நூர் வருடங்கள்

கே.ஆர். மீரா

இரண்டு பரோல்களுக்கிடையிலான இன்றியமையாமை சிறைவாசம். இரண்டு உடல்களுக் கிடையிலான சிறையிலிருந்து தப்பித்தல், ரதி. நூர்ஜஹானைப் பார்ப்பதற்கு காஞ்சிரப்பள்ளிக்கு ஜீப்பு ஓட்டிச் செல்லும்போது சத்தியன் இங்ஙனம் சிந்தனை செய்தான். பூஜப்புரை மத்திய சிறைவாசலைத் தாண்டி நூரைச் சந்திப்பதற்கு பயணம் துவங்கும் நிமிடம் முதற்கொண்டு இப்படியான மதிகேடுகள் தோன்றுவதுண்டு. நூர் அவனுடைய இரத்தினம். அதை களவாடுவதற்காகத்தான் அவன் பரோலில் வெளிவருவது. நூர் அவனுடைய கனவாகும். அதைக் கண்டு உறங்குவதற்காகவேதான் அவன் சிறைக்குத் திரும்புவது. நூர் அவனுடைய ஒரு சவாலாகும். அதை எதிர்கொள்வதற்காகத்தான் அவன் அவளைத் தேடிச்செல்வது. எல்லாவற்றிற்கும் மேலாக வேறு ஒரு உண்மை உண்டு. நூர் அவனுடைய ஒரு பெண். அவளுக்காகவேதான் அவன் ஒரு ஆடவனாக எஞ் சியிருக்கிறான்.

நூரைச் சந்திப்பதற்கு முன் சத்தியனுக்குப் பெண் என்ற சொல்லின் பொருள் தெரிந்திருக்கவில்லை. அவன் பிறந்தது மீனவர்களுடைய 'அய்லஸா' ஓசையிடலாலும், கெட்ட வார்த்தைகளாலும் நிரம்பிய கடற்கரையில். அப்பாவைப் பற்றி நினைப்பதில் அவனுக்குப் பெருமை. அப்பகுதியில் பேர்பெற்ற விபச்சார தரகர் அவர். அம்மாவைப்

பற்றி பேசுவதற்கு அதைவிடவும் பெருமை அவனுக்கு. அந்தப் பகுதியில் புகழ் வாய்ந்த விபச்சாரியாக இருந்தாள் அம்மா. மேட் ஃபார் ஈச் அதர் இணைகள். பிளவுஸுக்குள் இடது மார்புப் பக்கம் கையைப் போட்டு மீன் சிலாம்புகள் மினுங்கும் ரூபாய் நோட்டுகளை வெளியே எடுப்பதுதான் சத்தியனுக்கு அம்மாவைப் பற்றிய மிக மகிழ்ச்சிமிக்க நினைவு. எல்லா மாலை மயங்கிய நேரங்களிலும் அம்மா ஆரஞ்சு நிற கனகாம்பர பூ வைத்து, இளைய குழந்தைக்கு முலைப்பால் ஊட்டி திண்ணையில் தொங்கும் தொட்டிலில் உறங்க வைத்துவிட்டு, சத்தியனுக்கு கஞ்சியும், மரச்சீனிக் கிழங்கும் கொடுத்துவிட்டு அடுப்பங்கரையைப் பெருக்கிக் கூட்டி இனி ஒருபோதும் ஒரு சிறைக்குக் கூடத் தரமுடியாத தனிமை அனுபவிக்கச் செய்துகொண்டு அவனுடைய அறையின் தாழ்ப்பாளை வெளியிலிருந்து இழுத்துப்போட்டு, உள்ளே கொண்டியில்லாத தென்பக்க அறையில் பல்வேறான தொழிலில் ஈடுபட்டாள். இளைய குழந்தை விழித்துவிட்டால் வாவாவோ பாடி தொட்டிலாட்டி உறங்க வைத்துத் திண்ணையில் காவலிலிருந்தார் அப்பா.

எட்டாவது வகுப்பில் படிக்கும்போது, தாழ்ப்பாள் போட்டிருந்த அறைச் சிறையிலிருந்து சத்தியன் தப்பி ஓடினான். அன்று முதற்கொண்டு நூர்ஜஹானைப் பார்க்கும் வரை அவனுடைய மனசில் பெண் என்ற சொல்லிற்கு ஒரு பொருள்தானிருந்தது. மல்லாக்கப் படுப்பதற்கு இயலக்கூடிய ஒரு மாமிசத் துண்டு. நாதாபுரத்தில் வைத்துத்தான் அவன் நூரைப் பார்த்தது. கொலை செய்வதற்காக வாடகைக் கொலையாளியாக அழைக்கப்பட்டவன் அவன். இந்துக்களுக்கு இரண்டு நபர்கள் இழப்பாயினர். இழப்பிற்கு நஷ்டஈடாக குறி வைத்திருந்த முஸ்லிம்களின் வீடுகளைத் தாக்குவதற்கென்று இரண்டு குழுக்கள் புறப்பட்டன. இரையைக் கொன்று பொருட்களைச் சேதப்படுத்தி, பெண்களை கற்பழித்து, வீட்டை நெருப்பூட்டி பதிலுக்குப் பதில் செய்ய வேண்டியதற்காக கறுப்பு பான்ட்சும், ஷர்ட்டும் அணிந்து நெற்றியில் குங்குமப் பொட்டும் வைத்து தலையும் மூக்கும் வாயும் மூடிக்கட்டி எட்டு நபர்களில் ஒருவனாக சத்தியன் மதில் குதித்துத் தாண்டி பெரிய இரண்டு மாடிக் கட்டிடத்தின் தேக்கு மர வாசலை வெட்டிப் பிளந்து உள்ளே புகுந்தான். பெண்களின் குழந்தைகளின் உரத்தக் கூப்பாடு கேட்டது. அந்த வீட்டிலுள்ள அறைகளும் பார்வையில் பட்ட பொருட்களும் ஏதும் சத்தியனுக்கு நினைவில் இல்லை. எதுவும் கண்ணுக்குத் தட்டுப்படவுமில்லை. ஒரு வகையான பித்து. ஏனோ சத்தியன் வீட்டில் தனிமையிலானான். ஒவ்வொரு அறையிலும் பார்வையில் பட்டதையெல்லாம் அடித்து நொறுக்கிக்கொண்டு

பக்கவாட்டிலுள்ள சிறிய அறைக்குள் நுழைந்தான். அதன் மூடிய வாசலைத் தள்ளித் திறந்ததும் பெட்லாம்பின் வெளிச்சத்தில் கட்டிலில் ஒரு துடிப்பைக் கண்டான். சத்தியனுக்குள்ளிருந்த வேட்டைக்காரன் விழித்துக்கொண்டு ஆயத்தமானான். அது ஒரு பெண் என அடையாளம் கண்டான். மல்லாக்கப் படுத்துக்கொண்டிருக்கும் ஒரு மாமிசத் துண்டு. கடலோர மக்கள் 'உண்ணி மேரி' என்று அழைக்கும் மீனின் கவர்ச்சிமிக்க ஆரஞ்சு நிறம் அவளுடையது. அந்த நேரம் அவள் கூச்சல் போட்டதாகவோ 'கொன்றுவிடாதீர்' என்று கெஞ்சியதாகவோ ஏதும் அவன் நினைவில் இல்லை. ஆனால், வலது கையில் கம்புவாள் பிடித்து இடது கையால் ஓங்கி இழுத்தபோது அவளுடைய நெற்றி கிழிபட்ட சப்தம் நினைவுக்கு வருகிறது. அவள் பாதிப் பக்கங்கள் வாசித்துவிட்டு மூடி நெஞ்சின் மீது வைத்திருந்த புத்தகம் தரையில் விழுந்ததும் வாளைக் கைமாற்றிப் பிடித்தபோது புத்தகம் அவளுடைய பெட்பானில் மோதி கிணுகிணுவென்று ஒலி எழுப்பியவுடன் தன்னை அறியாமல் அவன் எட்டி அவளுடைய தலைப்பக்கம் இருந்த பெரிய விளக்கின் சுவிச்சைப் போட்டான். பளிச்சென்று பரவிய வெளிச்சத்தில் கூசிப்போன கண்களை அடைத்துத் திறந்து பார்த்தபொழுது அவளுடைய அழகில் கண்கள் அதிகம் கூச்சமாகி மங்கிவிட்டதை நினைத்தான். பழுத்த ஆரஞ்சுப் பழம் போன்ற ஒரு பெண். சத்தியனுடைய கைக்கு விறுவிறுப்பு. அவன் இரத்த தாகத்துடன் பார்த்தான். கண்கள், மூக்கு, கன்னம், கழுத்து, முலைகள், தொப்புள், அடிவயிற்றில் அனைத்தும் மிக ஒழுங்காக. ஆனால், அவற்றிற்குக் கீழ் – அப்போதைய அசுர குண நிலையிலும் சத்தியன் உறைந்து நின்றுவிட்டான். அவற்றிற்குக் கீழ் தொடைகள் இல்லை. தண்டுகாலும் சதைப்பற்றான கால் பாதங்களும் இல்லை. மாற்றாக, வாடிப்போன தாமரைத்தண்டு போன்று இரண்டு சூம்பிய மாமிச மிச்சங்கள். உண்மையில் அவள் ஒரு மாமிசத் துண்டாகத்தான் காணப்பட்டாள்.

அவன், அவளை விடவும் பயப்பட்டான். கையில் வைத்திருந்த கம்புவாள் நழுவி விழுந்தது. தப்பி ஓட முயன்றான். ஓடிப்போவது கேவலமெனத் தோன்றியதால் திரும்பி வந்தான். பெட்பானில் மூத்திரம் இருந்தது. சுயநினைவில்லாமல் அதை எடுத்து அறையோடு சேர்ந்திருந்த பாத்ரூமில் கொட்டி, பாத்திரத்தைச் சுத்தம் செய்து திருப்பிக் கொண்டுவந்து அதே இடத்தில் வைத்தான். ஸ்டாண்டில் மடித்து தொங்கவிட்டிருந்த வேறு ஒரு நைட்டியை எடுத்து அவளுக்கு அணிவித்தான். இயன்ற அளவு வேகமாக திருப்பி நடக்க முயன்றபோது கம்புவாள் பாதங்களில் தட்டியது. அதைக் குனிந்து எடுக்கையில் அருகில்

கிடந்த புத்தகம் கையில் தட்டுப்பட்டது. அவனுடையதென்று எண்ணாமல் அவன் அதையும் கையில் எடுத்துக்கொண்டான். கம்புவாள், அவன் எப்போதும்போல் சட்டையின் பின்பகுதியை மேலே தூக்கி முதுகுத் தண்டோடு சேர்த்து பெல்ட்டிற்குள் சொருகினான். சட்டையின் முன்பகுதியைத் தூக்கிவிட்டுப் புத்தகத்தை இடுப்பில் சொருகினான். இரகசிய தாவளத்தில் சென்று உடை மாறும்போது அவன் புத்தகத்தின் பெயர் வாசித்தான் – தனிமையின் நூறு வருடங்கள்.

அன்று முதற்கொண்டு, அந்த நிமிடம் முதற்கொண்டு, அவள் அவனுடைய உறக்கத்தைக் கெடுத்தாள். பின் வந்த இரவுகளில் சத்தியன் சேரியும் மயானமும் கடற்கரையும் கனவு கண்டான். சேரி வழியாக ஓடி ஒரு குடிசைக்குள் தஞ்சம் அடையும்போது அதற்குள் காலித் தரையில் அவளைப் பார்த்தான். மயானத்தில் எரிந்த சிதைகளுக்கு இடையினூடே இளைக்கும்போது எரியத் துவங்கிய ஒரு சிதையில் அவள். கடற்கரையில் ஆள் நடமாட்டமற்ற மணல் வெளியில் கால் குழையும்போது இடுப்பிற்குக் கீழே தண்ணீரில் முங்கி 'மீன் கன்னி'யைப் போல் அவள். எல்லா கனவுகளிலும் அவள் நிர்வாணமாகக் காணப்பட்டாள். எல்லா கனவுகளிலும் அவள் மல்லாக்கப் படுத்துக்கொண்டு புத்தகம் வாசித்துக்கொண்டிருந்தாள். எல்லா கனவுகளிலும் ஒரே புத்தகமாகத்தானிருந்தது.

'தனிமையின் நூறு வருடங்கள்.'

அதன்பின் அவளை மீண்டும் பார்க்கும்வரை அவன் ஒவ்வொரு முறையும் வெளியே கிளம்பும்போது பின்பக்கம் கம்புவாள் சொருகி வைப்பதுபோல் முன்பக்கம் அந்தப் புத்தகத்தையும் சொருகி வைத்தான். உட்காரும்போது சட்டைக்குள் அது நெஞ்சுமுனையில் வந்து உராவியது. காகிதங்கள் வேர்வையில் ஊறி உதிர்ந்து போகாமலிருப்பதற்கு அவன் அதற்கு ஒரு பிளாஸ்டிக் உறை போட்டான். நான்கோ ஐந்தோ மாதங்களுக்குப் பின் கொச்சியில் ஒரு முதலாளியை வெட்டிக் கொலை செய்துவிட்டு திருவனந்தபுரத்தில் இயங்கும் 'செஷயர் ஹோமி'ல் அமைச்சரின் சிபார்சுக் கடிதத்துடன் வேலைக்கென்று சாக்குச் சொல்லி அங்கு தலைமறைவாக இருக்கச் செல்லும்போது மீண்டும் நூரைப் பார்த்தான். அவள் ஒரே பார்வையில் அடையாளம் கண்டுவிட்டாள். என்னுடைய புத்தகம் எங்கே என்றுதான் அவள் முதலில் கேட்டது. உடன் அவனுக்கு அடையாளம் தெரிந்துவிட்டது. நீர்ப்பெருக்கில் ஈர மணலில் கவிழ்ந்து கிடப்பது போன்ற குளிர் சிலிர்ப்பு சத்தியனுக்கு. இடுப்பிலிருந்து புத்தகத்தை எடுத்துக்

            தோப்பில் முஹம்மது மீரான்

கொடுத்தபோது அவள் ஆரஞ்சு உதட்டில் சிறு புன்னகையுடன் பக்கங்களைத் திருப்பி அதற்குள் மூக்கைப் புகுத்தி, 'இந்தப் புத்தகத்திற்கு இப்போது உன் வாசனையல்லவா' என்று குற்றம் சாட்டவும் சத்தியன் அவளை முதலில் காண்பது போன்று அதை நெஞ்சின் மீது சில நிமிடங்கள் கவிழ்த்து வைத்துவிட்டு, 'இப்போது இதற்கு என்னுடைய வாசனையாகும் ... நீ இதை உன் உடலில் வைத்துக்கொள் ...' என்று கேலியும் செய்தான்.

சத்தியனுக்கு தான் சிறுமைப்படுவதுபோல் தோன்றியது. ஒவ்வொரு ஆடவனும் தனக்கேயான சில செருக்குகளில்தான் நிலைகொள்வது. அவற்றை இனம்காணாத பெண்களை அவன் வெறுப்பான். அவற்றிற்கு ஆக்கம் கொடுக்கும் பெண்களை விரும்புவான். அவற்றை உடைக்கும் பெண்களை அவன் ஆராதனை செய்வான். சத்தியனுடைய செருக்கு என்னவென்று அவனுக்குத் தெரியாது. இருப்பினும் நூர் அதை இனம் கண்டாள், போட்டுடைத்தாள். அவன் புத்தகத்தைத் திருப்பி வாங்காமல் அறையைவிட்டு வெளியேறினான். அன்று மாலையில் போலீஸ் அவனைக் கைது செய்தது. ஜீப்பில் இருக்கும்போது அவனுக்குத் தான் வெறுமையானவனும் கோழையானவனும்போல் தோன்றியது. ஒரு மாதத்திற்குப்பின் ஜாமீன் கிடைத்து திருப்பிச் சென்றபோது, 'செஷயர் ஹோம்' வார்டன் கடுப்புடன் சுட்டிக் காட்டிய அவனுடைய பொருட்களுடன் ஒரு புத்தகமும் கடிதமும் இருந்தன. புத்தகம் அதுவாகத்தானிருந்தது. தனிமையின் நூறு வருடங்கள். கடிதம் அவள் எழுதியது. செஷயர் ஹோமிலிருந்து வெளியேறினான். பாதி வாசித்த புத்தகம் நெஞ்சில் கவிழ்த்து வைத்து நான் இரவுகளில் காத்துக் கிடப்பேன். வாசல்களை மிதித்து உடைத்து மினுங்கும் கம்பு, வாளுடன் நீ வரவேண்டும்— உன்னுடைய நூர், நூர்ஜஹான், நூர் மஹால், காஞ்சிரப்பள்ளி.

அன்று இரவு சத்தியன் கடற்கரைக்குச் சென்றான். கரையில் வெறும் மணலில் கவிழ்ந்து கிடந்து அழுதான். கடல் அவனைத் தொடுவதற்காக அதன் நூறு நூறு கரங்களால் ஆவலோடு நீட்டி வெறும் தரைவழியாக ஊர்ந்து ஊர்ந்து வந்தது. கால்கள் இல்லாத பாவம் கடல், ஒவ்வொரு முறையும் தோல்வி அடைந்து மணல்மீது ஊர்ந்து போனது. வெள்ளை விரல்களால் கடல் திரைகள் மணலில் அவனுக்காகக் கடிதம் எழுதின. இரத்தக்கறை படிந்த தனது கைகளால் அந்த வெண்மையில் தொடுவதற்கு சத்தியன் தயங்கினான். ஆனால், எந்த மணல் பொடியையும் போல் அவனுக்கு மேலும் நீர் பெருக்கம் உண்டானது. கடலின் கைகளுக்கு சுயம் உருண்டு செல்லும்போது தனது கண்ணீருக்கும் கடலுக்கும் ஒரே உப்புதானென்று சத்தியன் தெரிந்துகொண்டான்.

மறுநாள் காலையில், காஞ்சிரப்பள்ளியில் நூர்மஹாலில் சென்று அவன் நூரை சந்தித்தான். செஷயர் ஹோமில் நூர் மறந்து போட்டுவிட்ட புத்தகத்தைத் திருப்பி ஒப்படைப்பதற்கு வந்ததாக சொன்னபோது, அவளுடைய வாப்பாவின் நான்கு மனைவிகளில் மூன்றாவது மனைவியின் இளைய மகன் உள்ளே செல்ல அனுமதித்தான். பெரிய மினாராக்கள் உள்ள பங்களாவின் வட பக்கம், ஒரு தளத்திற்கு அப்பாலுள்ள சிறு அறைதான் அவளுடையது. தளத்திற்கு மேல்பகுதியில் சீலிங் இருக்கவில்லை என்பதை முதல் வருகையின்போதே சத்தியன் கவனித்தான். அவர்களுக்கிடையிலான மூன்றாவது சந்திப்பு. ஆயா காப்பி எடுத்து வருவதற்குச் சென்ற தருணத்தில் அவள் திடீரென அவனுக்கு நேராக கையை நீட்டினாள். அந்தக் கைகளில் சத்தியன் புத்தகத்தைக் கொடுத்தபோது அவள் அதை வாங்காமல் அவனுடைய கைகளைப் பிடித்து ஆசைப்பெருக்குடன் முத்தமிட்டாள். "நான் இதுவரை யாரையும் தொட்டதில்லை. முத்தமிட்டதுமில்லை" – அவள் புலம்பினாள். "இருந்தாலும் என்னைப் போன்ற ஒருவனை" என்று கூறி வருத்தப்பட்டான். "உனக்கு என்ன குறை, நீதானே என் வாசலை முதலில் தட்டித் திறந்து வந்த ஆண், நீதானே என் உடலை முதலில் பார்த்த ஆண், நீதானே என் புத்தகத்தை நெஞ்சோடு அணைத்துக்கொண்டு நடந்த ஆண்?" இப்போது சத்தியனுக்கு இழந்துவிட்ட செருக்கிற்குப் பதிலாக வேறு ஒன்று கிடைத்தது. கால்கள் இல்லாத பெண் ஒருத்தி உனக்குப் பின்னால் ஓடி வருகிறாள் என்ற செருக்கு. அது பயங்கரமானது. இரண்டு செருக்குகளுக்கிடையிலான ஆதரவற்ற நிலை. காதல் – நூர், கற்றுக் கொடுத்தாள். இரண்டு ஆதரவற்ற நிலைகளுக்கிடையிலான செருக்கும் காதல் – சத்தியன் கற்றுக்கொண்டான்.

செஷயர் ஹோம் வார்டனுடைய போலி கடிதங்களுடனும் ஆயுர்வேத மருந்துகளுடனும் சத்தியன் விசாரணை முடியும்வரை வாரம் ஒருமுறை காஞ்சிரப்பள்ளிக்குப் போனான். கீழ் நீதிமன்றம் அவனைத் தண்டித்தபோது சிறையிலிருந்து அவன் நூருக்கும், நூர் அவனுக்கும் கடிதங்கள் எழுதினார்கள். அது வாயிலாக சத்தியன் எழுத்துக்கள் முழுதும் கற்றுக்கொண்டான். சத்தியன் அவனுடைய கடலைப் பற்றியும், நூர் அவளுடைய கால்களைப் பற்றியும், நாதாபுரத்தில் தளர் வாதத்திற்கு சிகிச்சை செய்யும் மவுலவியின் வீட்டிற்குள் சத்தியன் நுழைந்தேறிய அந்த நிமிடத்தைப் பற்றியும் எழுதினாள்.

– "நான் வருமிடமெல்லாம் எதற்காக நீ எனக்காக காத்துக் கிடக்கிறாய்?" சத்தியன் கேட்டான். கால்கள் இல்லாத நீ எதற்காக இப்படி விடாமல் பின்தொடர்ந்து வருகிறாய்?

                                              தோப்பில் முஹம்மது மீரான்

– "நான் ஜெயிலிலும் வருவேன். பஷீரின் நாவலில் வருவதுபோல் மதிலுகளுக்கு அப்புறமும் இப்புறமும் நின்று நாம் காதலிக்கலாம். இரண்டு மதிலுகளுக்கிடையிலான சுதந்திரம், வாழ்க்கை. இரண்டு சுதந்திரங்களுக்கிடையிலான மதில், மதம்."

– "இது வேறு ஒரு சத்தியனாகும் நூர். கரையிலுள்ள ஈரமணலால் என்ற போல் நீ புனைந்து எடுத்தவன்."

– "இரண்டு உடல்களுக்கிடையிலுள்ள சிறைதான் நமது அன்பு. என் உடலிலிருந்து என்னை விடுதல் செய் . . ."

– "நீ எனது தங்க மீனாகும். நான் உன்னை இரண்டு கைகளில் கோரி எடுப்பேன். என் அன்பின் கடலுக்குத் திறந்துவிடுவேன்."

– "தண்டனைக் காலம் முடிந்தபின் நீ திரும்பி வரும்போது அன்றைய தினம் போல் கையில் கம்பு வாளுடன் கறுப்பு வேடமணிந்து வாசலை மிதித்துத் திறந்து வர வேண்டும். என் கட்டிலில் நான் பாதி வாசித்த புத்தகத்துடன் எதிர்பார்த்துக் கிடப்பேன்."

– "தனிமையின் நூறு வருடங்கள். அதுதான் புத்தகம். அதுதான் உண்மை. அதுதான் வாழ்க்கை."

– "நீ எப்போது வருவாய்? எனக்குப் பயமாக இருக்கிறது. என் கால்களின் தளர்ச்சி இடுப்புக்கும் பரவுவதுபோல் தோன்றுகிறது. இப்படியானால் நான் எங்ஙனம் உன் குழந்தைகளைப் பிரசவிப்பேன்? நெற்றியில் குங்குமப் பொட்டும் கண்களில் சுருமா(கண்மை)வும் தீட்டி நமது கடற்கரையில் அவர்கள் எப்படி ஓடி விளையாடுவார்கள்?"

– "உனக்கு எதுவும் நிகழாது, நூர். நான் வருவேன். உன்னை என் நெஞ்சில் படுக்கவைத்து நான் ஆழ்கடலில் மல்லாக்கக் கிடந்து நீந்துவேன். நம்மைச் சுற்றி வன் சுறா மீன்கள் காவல் நிற்கும்."

– "சத்தியா, நீ விரைவாக வர வேண்டும். கடல் அலைகள்போல், ஆகாயத்தில் மேகங்கள் போல், நாம் ஒருவருக்கொருவர் இணைய வேண்டும். நீ என்னைத் தொடும்போது என் கால்களுக்கு உயிர்ப்பு வரலாம். என் தொடைகள் அசையலாம். என் உடல் உனக்காக தளர்ச்சியை மறந்துவிடலாம்."

அதற்குப்பின் அவளுடைய கடிதங்கள் வரவில்லை. இரவுகளில் குளிர்ந்த சிறைச்சுவர்களில் சத்தியன் உறக்கமின்றி உட்கார்ந்து சாய்ந்துகொண்டான். என் நூர். அவளுடைய உடல். எங்களது அன்பு. அவன் அவளைப் பற்றியே சிந்தனை செய்தான்.

உட்பகுதி வெள்ளையான கறுப்புச் சிப்பிகள் போன்ற கண்கள். செவிள் சிகப்பான உதடுகள். செம்மீன் மினுக்கமான உடல். தவிட்டு நிறத்திலான காய்ந்த கால்கள். அவர்கள் எவ்வாறு உடல் உறவு கொள்வது? அவர்கள் எங்ஙனம் ஒன்றிணைவது? இரண்டு தளர்ச்சிகளுக்கிடையிலான உணர்வுதான் அன்பு. இரண்டு உள்துடிப்புகளுக்கிடையிலுள்ள அடக்குதல்தான் அன்பு. அவனுக்கு காண்பதெல்லாம் முட்டாள்தனமாகப்பட்டது. ஜெயில்கள், போலீஸ்காரர்கள், நீதிமன்றங்கள், கல்விக்கூடங்கள், சாலைகள், கடைகள், மருத்துவமனைகள், மருந்துகள், உடைகள், உடல்கள்... எல்லாம் அர்த்தமற்றவை. நிஜமானதல்ல. நிஜமானதாக இது ஒன்று மட்டும். ஒரு சத்தியன், ஒரு நூர். அவர்களுடைய இரண்டாயிரம் டிகிரி வெப்பமுடன் ஒன்றிணைவதற்கான தீவிர ஆசை. நூர் எழுதிய கடைசிக் கடிதம் கிடைத்து இரண்டு மாதங்கள் நிறைவானது நேற்றுதான். இன்று அதிகாலை மூன்றரை மணிக்கு சத்தியன் சிறையிலிருந்து சுவர் குதித்து தப்பிவிட்டான். நண்பனுடைய விடுதியில் சென்று உடைகளும் பணமும் ஏற்பாடு செய்து, அவனது கம்புவாளும் வடமும் அவனுடைய ஜீப்பும் இரவல் வாங்கி காஞ்சிரப்பள்ளிக்குப் புறப்படும்பொழுது அவன் எதிர்பார்த்தான். இன்று இரண்டு இதயங்கள் சிறையிலிருந்து தப்பிவிடும்.

நடுச்சாமத்தில் சத்தியன் நூர் மஹாலின் மதிலை எவ்வித தாண்டினான். சீலிங் இல்லாத தளத்தின் மேல்பகுதியிலுள்ள கூரை ஓட்டை கழற்றிவிட்டு வடத்தில் தொங்கி உள்ளே இறங்கினான். அவளுடைய அறைக்கதவு சும்மா சாத்தப்பட்டிருந்தது. உள்ளே விளக்கு வெளிச்சம் தெரிந்தது. ஓசை எழுப்பாமல் உள்ளே சென்று வாசலைப் பலமாக அடைத்துக்கொண்டு அவன் ஆவலுடன் கட்டிலைப் பார்த்தான். கடல் அலைகள் போல், மேகங்கள் போல் இன்று நாங்கள் இணைவோம். எங்கே என் நூர்? என் ஆரஞ்சுப் பழம், என் தங்க மீன்? ஆனால் சத்தியன் பயப்பட்டான். கட்டிலில் நூரைக் காணவில்லை. செத்த நீர்க்கோலி பாம்புபோல் ஒரு உடல். தோடு கழன்றுபோன சிப்பி போன்ற கண்கள். உலர்ந்த கருவாடு போன்று தோல் சுருங்கிப்போன கன்னங்கள்.

'நூர்...'

சத்தியன் மனம் வெடிக்கக் கூப்பிட்டான்.

செத்துப்போன சிப்பிகள் அசைந்தன. இல்லாத ஓசையில் நூர் கூப்பிடுதலை செவியுற்றாள்.

"சத்தியா..."

  தோப்பில் முஹம்மது மீரான்

சத்தியனுடைய இதயத்திலிருந்து இரண்டாயிரம் டிகிரி வெப்பம் ஆறிவிட்டது. பதிலுக்கு இருபதாயிரம் டிகிரி குளிர்ச்சி நிறைந்தது. அவனுக்கு சுயம் தளர்வதுபோல் தோன்றியது. யார் யாரையெல்லாம் கொலை செய்த கைகள். எங்கெல்லாமோ தாவிச் சென்ற கால்கள். ஏதேதோ பெண் உடல்களைப் பிளந்த ஆண் உறுப்பு – ஒவ்வொன்றாய்த் தளர்கிறது. நூர்– சத்தியனின் வாழ்க்கையிலுள்ள ஒரே சத்தியம். சத்தியன் நம்பிக்கையின்மையுடன் பார்த்தான். ஒவ்வொரு ஆடவனுக்கும் தன்னை நிலைநாட்டுவதற்கென ஒரு செருக்கு தேவை. வழிப்பறி செய்வதற்கும் கொலை செய்வதற்கும் கற்பழிப்பதற்கும் எதுவாக இருந்தது சத்தியனுடைய செருக்கு? அவன் நூரை மீண்டும் பார்த்தான். அவளுடைய தளர்ந்த கால்கள், தளர்ந்த தொடைகள், தளர்ந்த இடுப்பு, தளர்ந்த மார்புகள், தளர்ந்த முகம், தளராத கண்களிலுள்ள தளராத அன்பு. கடலான அன்பு.

சத்தியன் நூரின் அருகில் சென்றான். அவனுக்காக அவளுடைய கண்கள் மீன்களைப் போல் துடித்தன. அவன் போர்வையை விலக்கினான். வாடிப்போன தாமரைத் தண்டுகள். அவளுடைய அடிப்பாதத்தை அவன் முத்தமிட்டான். தொடர்ந்து கால்களில், தொடைகளில், அடிவயிற்றில், தொப்பிளில், சுருங்கிப்போன முலைகளில். அவள் ஏதும் தெரியவில்லை. இரண்டு ஆத்மாக்களின் இன்றியமையாமை ரதி. சத்தியன் ஆவேசத்தோடு அவளுடைய கண்களில் முத்தமிட்டான். இரண்டு இமைகளுக்கிடையே ஈரம் – கண்ணீர். சத்தியன் அவளுடைய நெற்றியில் உதட்டை அணைத்தான். இரண்டு தனிமைகளுக்கிடையிலான தூய்மை, காதல், சத்தியன் அவளை மார்போடு அணைத்துக்கொண்டான். இரண்டு பிறவிகளுக்கிடையிலான ஆனந்தம், மரணம். சத்தியன் அவளை உடலிலிருந்து விடுவித்தான்.

எதுவாக இருந்தது நூர் போட்டு உடைத்த செருக்கு என்று சிறைக்குத் திரும்பிச் செல்லும் போது புரிந்துகொண்டான். அது தனிமையாயிருந்தது. இப்போது அவனுக்கு அது திருப்பிக் கிடைத்தது. இனி தனிமையின் நூர் வருடங்கள்.

குமுதம் தீராநதி, செப்டம்பர் 2011

நிழல் யுத்தம்

வைசாகன்

கடைசி ரயிலும் போய்விட்டது. அதன் விசில் குளிர்ந்த காற்றினூடே ஒரு சாட்டுளியைப்போல் பாய்ந்து சென்றது. விண்மீன்கள் நிரம்பிய ஆகாசத்தை நோக்கி கரிப்புகை உயர்ந்தது. அது பைத்தியம் பிடித்து அலைந்து நீல இரவின் முகத்தில் கரியைப் பூசியது.

ஸ்டேஷன் மாஸ்டரின் கம்பிளிக் கோட்டின் பித்தான்கள் மெர்க்குரி விளக்கொளியில் பளபளத்தன. அவருக்குப் பின்பக்கம் அவருடைய ஏராளம் நிழல்கள் நீண்டு கிடந்தன. அவை மங்கலாய்த் தரையில் விழுந்துகிடந்தன. சற்று விலகி எலுமிச்சம் பழ மூட்டைகளின் அட்டிகளை ஒட்டி உட்கார்ந்து கொண்டு வியாபாரிகள் கணக்குகள் பெருக்கிக் கொண்டிருந்தனர். அவ்வப்போது கோபத்தோடு அவரைப் பார்த்தனர். கம்பிவேலிக்கப்பால் தொழு நோயாளிகளான பிச்சைக்காரர்கள் முசிப்போடு கூட்டமாக உட்கார்ந்து அவரைத் திட்டினார்கள். பிளாட்பாரத்திலிருந்து சற்று முன் அவர்களை விரட்டியடித்த கோபம்.

பிளாட்பாரத்தின் வாரியிலிருந்து பனித்துளிகள் சொட்டுவதை அவர் பார்த்து நின்றார். பிறகு ஸ்டேஷனுக்குள் சென்றார். நிழல் கற்றைகள் அவரைப் பின்தொடர்ந்தன.

முதலில் கண்ணுக்குத் தெரிந்தது சுவரில் தொங்கிக்கொண்டிருந்த பழைய கடிகாரம்.

      தோப்பில் முஹம்மது மீரான்

தயாரிப்பு செய்த காலத்தில் அதில் பொறித்திருந்த லண்டன் நிறுவனத்தின் பெயர் மறையத் துவங்கிவிட்டது. எனினும் இந்த நவீன காலத்திலும் துல்லியமாக நேரத்தைக் காட்டுகிறது. தலை நரைத்துவிட்ட ஒரு பழமைவாதியின் முகம்போல் காணப்படுகிறது அது. சத்திய தர்மங்களின் காலாவதியான ஓலைச்சுவடிகளை மனசுக்குள் திணித்துக்கொண்டு எதற்கும் இசைந்துகொடுக்காமல் கறார் புள்ளியாக இருந்தார். அந்த ரயிலும் நேரம் தவறாமல் புறப்பட்டுச் சென்றதற்கு நன்றியும் இந்த கடிகாரத்திற்குண்டு. ஒரு ஐந்து நிமிடமாவது ரயிலை இங்கு நிப்பாட்ட முயலவில்லை. தேவைக்கு அதிகமாக செல்வாக்கைச் செலுத்திப் பார்த்தனர்.

"மாஸ்டரே, இது கெட்டுப்போகக்கூடிய பொருள். இந்த ரயிலில் போகல்லேன்னா வியாபாரம் தொலைஞ்சிப்போகும். ஒரு அஞ்சு மினிட் மாஸ்டரே" – அவர்கள் கெஞ்சினார்கள். மனக்கட்டு சிறிது இளகியபோது அவர்கள் கடுகட்டியான ரூபாய் நோட்டுகளை எடுத்துக் காண்பித்தனர். அந்நேரம் கோபம் பொத்துக்கொண்டு வந்தது மாஸ்டருக்கு.

முடியாது. இன்னும் லஞ்சம் வாங்கும் அளவிற்கு வந்துவிட வில்லை. ரயிலை உரிய நேரத்தில் அனுப்பியாகிவிட்டது. அது புறப்பட்டுச் சென்றபின் ஒரு நிமிடம் ஆலோசனை செய்தார். வெறும் ஐந்து நிமிடங்கள். யாருமே தலையை சீவிவிடப் போவதில்லை. ஹெவி பார்சல் லோடிங் என்றோ, பாசஞ்சர் ரஷ் என்றோ விளக்கம் கொடுக்கலாமே. வேண்டாம். போகட்டும்.

நேரம் இருபத்தியோர் மணியை நெருங்குகிறது. பதிலுக்கு மாற்றலாள் வரலாயிற்று. கடிகாரத்தின் மங்கிய முகத்திலிருந்து திருப்பிய பார்வை அறை மூலையில் மீண்டும் சென்றது. அவள் அங்கேதான் நின்றுகொண்டிருக்கிறாள். அவள் நின்றுகொண்டிருக்கும் ஒரு நிலை! குனித்திருந்த முகத்தைச் சற்று உயர்த்தியிருந்தாள். ஒளி கதுப்புக் கன்னத்தில் தட்டியது.

"உம், உன் முடிவு என்ன?"

அவள் முகத்தை முழுவதும் உயர்த்தி அவரைப் பார்த்தாள். இப்போது அவள் கண்களில் கவலை இல்லை. சிறிது பிரகாசம் தெரிந்தது. ஏதாவது ஒரு முடிவுக்கு வந்திருப்பாள்.

டிக்கட் எடுக்காமல் வந்திறங்கி, கையும் களவுமாகப் பிடிக்கப்பட்டவர்களுடைய முகபாவனை இவளுக்கிருக்கவில்லை. இப்படி பிடிக்கப்படுவதற்காக பிறவி எடுத்ததுபோல் இருக்கிறது அவளுடைய தோற்றம். பிடித்துக்கொண்டு வந்த போர்ட்டர் வாசலுக்கப்புறம் நின்றுகொண்டிருந்தான்.

அவளுடைய கண்களை ஒருகணம் மாஸ்டர் உற்றுப் பார்த்தார். வெறுப்படையச் செய்யும் ஏதோ ஒன்று அவருக்கு அனுபவப்பட்டது. எதிர்பாராமல் உயரத்திலிருந்து ஒரு அருவி குப்புற விழுந்து அவர் மனத்தை நிரப்பியது. நெஞ்சில் பெரும் கனம் தோன்றியது. வெளி இருட்டில் தம்மை எதிர்நோக்கிப் பதுங்கிக்கொண்டிருக்கும் குளிரைப் பற்றியும் எபிட்ரின் மாத்திரையைப் பற்றியும் நினைத்தார். எங்கிருந்தோ வந்து, வெளியேறாமல் நின்றுகொண்டிருக்கும் இந்த பெண்ணைப் போல் ஒரு நாள் அந்தக் குளிர் தம்முடைய மூச்சுக் குழாயில் வந்தடையலாம். எல்லாம் ஒன்று சேர்ந்து தம்மைச் சிறைப்பிடித்துக் கொள்ளலாம்.

அவர் கவனத்தைத் திசை திருப்புவதற்கான ஒரு முயற்சியாக வெளியே பார்த்தார். எலுமிச்சம் பழ மூட்டைகளின் அட்டிகளை மீண்டும் பார்த்தார். ஐந்து நிமிடம் கொண்டு எவ்வளவோ மூட்டைகளை அவர்கள் ஏற்றியிருக்க முடியும். சுமைதூக்கிகள் பத்து பனிரெண்டு பேர் இருந்தனர். எப்படியும் ஐம்பது மூட்டைகளையாவது ஏற்றிவிட்டிருப்பார்கள். மூட்டை ஒன்றுக்கு முக்கால் ரூபாய். முப்பத்தி ஏழரை ரூபாய். மகன் தேவைப்படக்கூடிய மூன்று சக்கர சைக்கிள் வாங்கிக் கொடுக்கலாம். வீணடித்த வாய்ப்புகள். இப்படி எத்தனை சந்தர்ப்பங்கள் வெற்றிகரமாய் வீணடிக்கப்பட்டிருக்கின்றன. தொடர்ந்துள்ள இப்படியான வீணடித்தல்கள் தந்த வைராக்கியம் மட்டும் மிச்சம்.

அவர் அவளை ஒரு வைராக்கியத்தோடு பார்த்தார். அவருடைய முகபாவனையில் தெரிந்த மாறுதல்களைக் கவனித்துக்கொண்டிருந்த அவள் சிரிக்க முயன்றாள்.

பிளாட்பாரத்தின் மூலையில் இவளைச் சுற்றி வளைத்து நிறுத்தியிருப்பதை எதேச்சையாகப் பார்த்துவிட்டார். இல்லா விட்டால் வினாடிக்குள் அவள் மாயமாக்கப்பட்டிருப்பாள். பிடித்துக்கொண்டு வரும்போது அவன் சொல்லியிருக்கக்கூடும், 'பெண்ணே, இந்த மாஸ்டர் ஒரு பூனையாக்கும். ஆஸ்துமா நோயாளி. சும்மா மிரட்டுவார். பிறகு விட்டுவிடுவார். அப்போது நீ என்னை நினைக்கணும்.'

வெளியிலிருந்து கடும் குளிர் காற்று உள்ளே நுழைந்தது. சுற்றாமல் நின்றுகொண்டிருந்த மின்விசிறிகளின் இறக்கைகளைக் காற்று சுற்றவைத்தது. மேஜை மேலிருந்த காகிதங்கள் சிதற வேண்டியது. ஒரு இரும்புத் துண்டை எடுத்து காகிதங்கள் மீது வைத்துக்கொண்டு அவர் நெடிதாய் ஒரு மூச்சுவிட்டார். சீதத்தின் வருகை தொண்டையைத் தொட்டது. சீதம் உள்ளே

                                          தோப்பில் முஹம்மது மீரான்

இறங்கியது. உள்ளுக்குள் ஊதிப் பெருகியது. மூச்சுக்கு சற்று கனம் வந்தது. நெருங்கி ஒரு விம்மலுடன் சிறிது குளிர் காற்று உள்ளே சென்றது. அவர் மீண்டும் ஒருமுறை அவளுடைய முகத்தைப் பார்த்தார். கறுப்புக் கம்பிளிக் கோட் ஜேப்பிலிருந்து சிறு பிளாஸ்டிக் டப்பி ஒன்றை வெளியே எடுத்து திறந்தார்.

இதில் இனி எஞ்சியிருப்பது இரண்டு மாத்திரைகள். இந்த இரவில் வேறு கிடைக்க வாய்ப்பில்லை.

ஒரு மாத்திரை விழுங்கினார். அது வயிற்றிற்குள் சென்று கரைந்தது. பிறகு இரத்தக் குழாய்களுக்குள் நுழைந்தேறியது. இரத்தம் சூடானது. மீண்டும் துரித வேகத்தில் பாய்ந்து உடலெங்கும் சிறு வெம்மையைக் கொடுத்தது. இப்போது அவருக்கு தங்கு தடையின்றி மூச்சுவிட முடிந்தது. முகத்தில் இரைத்துப் பாய்ந்த இரத்தம் முகத்திலுள்ள சோர்வுகளைச் சுத்தமாக இல்லாமலாக்கியது. தொண்டைக்குக் கீழ் அனைத்தும் சுருங்கிவிட்டிருந்தன. குளிர்காற்று இப்போது மாஸ்டருக்கு ஒரு பிரச்சனையே அல்ல.

இனி அதிகம் நேரமில்லை. அவர் வீறாப்புடன் சுற்றிலும் பார்த்தார். பழைய கடிகாரத்தின் மீது வெறுப்பு தோன்றியது. கடிகாரத்தோடு மட்டுமல்ல பழையவற்றோடெல்லாம் வெறுப்பு தோன்றியது. மீண்டும் அவளிடம் பழைய கேள்வியைத் திருப்பிக் கேட்டார். "என்ன முடிவு செய்தாய்?"

"என் கையில் பணமில்லை சார், தயவு செய்து எனக்கு உதவி செய்யுங்க."

அவளுடைய குரல் உணர்ச்சியற்றிருந்தது. இவள் தேர்ந்த ஒரு திருட்டுப் பேர்வழி. சும்மா விடக்கூடாது. அறைக்குள் வேறு ஒருவரும் வந்தார். தலைமுடி கொஞ்சம் நரைக்கத் துவங்கிய டிக்கட் கலெக்டர். வெற்றிலை போட்டு வாய் சிவக்க வைத்து, சிரித்தவாறு சொன்னார். 'Leave it to me' அவரை வெறித்துப் பார்த்தார் மாஸ்டர்.

டிக்கட் கலெக்டர் தொண்டையைக் கனைத்துக்கொண்டு தொடர்ந்தார். *If you are not interested.*

I will deal.

உரத்த பதில். முகத்தறைந்தாற்போல். பிறகு யாருமே பேசவில்லை. போர்ட்டருடைய கொம்பு மீசையையும் பார்க்க முடியவில்லை.

பொறுப்பெடுக்க வந்தவரிடம் பொறுப்பைக் கொடுத்து விட்டு வெளியே கிளம்பினார். பிளாட்பாரத்தில் பனி

பெய்துகொண்டிருந்தது. ஈர வெளிச்சத்தில் சுவரை ஒட்டி ஒரு குழந்தை உறங்கிக்கொண்டிருந்தது. அவர் ஒரு கணம் அதைக் கவனித்தார். ஒரு கந்தல் துணி குழந்தையின் நெஞ்சையும் வயிற்றையும் மறைத்துக்கொண்டிருந்தது. இந்தக் கொடூரக் குளிரில் எதுவும் தெரியாமல் அமைதியாக உறங்கிக்கொண்டிருக்கும் குழந்தையின் மீது முதலில் அவருக்குப் பொறாமையாக இருந்தது. பிறகு வேதனையோடு நினைத்துப் பார்த்தார். இந்தக் குழந்தைக்கு தன் மகனுடைய பருவம் இருக்கும். கூர்ந்து நோக்கினார். செம்பட்டையாய் சிதறிக் கிடக்கின்ற இந்த முடியை எண்ணெய் தேய்த்துக் கருப்பாக்க வேண்டும். ஒரு பக்கமாக சரித்து, அழகாக வாரி சீவி வைக்க வேண்டும். முகத்தைக் கழுவி பவுடர் பூசிக் கொள்ள வேண்டும். தவிட்டு நிறத்திலான ஒரு பேபி சூட் இவனுக்கு அணிவிக்க வேண்டும். காலில் வெள்ளை நிற சாக்சும் டான் நிறத்திலான ஷூசும்.

பிளாட்பாரத்திலுள்ள புழுதியில் சுவரை ஒட்டி என் மகன் படுத்துக்கொண்டிருக்கிறான். அவர் கோபத்தோடு சிந்தனை செய்தார். நான் பார்சல் கொண்டு வருவோர்களின் பச்சை நோட்டை பார்த்து மயங்கக் கூடியவனல்ல. பிளாட்பாரத்தின் மறு முனையில் விளக்குத் தூணுக்குக் கீழே நிற்கின்ற அழகானவளை அந்த வெற்றிலைக் கோளம்பிக்கு நான் விட்டுக்கொடுக்க மாட்டேன்.

ஏதோ ஒரு பிச்சைக்காரி பெற்றெடுத்த குழந்தை. நிம்மதியாக உறங்கு. நீ, ஏதோ பிச்சைக்காரி பெண்ணுக்கு ஏற்பட்ட அழகான ஓர் அபத்தமாகும்.

மீண்டும் பிளாட்பாரத்திலுள்ள மரங்கள் பனிக் காற்றை ஊதிவிட்டன. அவர் வேகமாக நடந்தார். பிளாட்பாரத்தை விட்டுக் கீழே இறங்கினார். சிவந்த சரல் மணல் பரப்பிப் போடப்பட்ட பாதையினூடே நடந்தபோது அவள் அவர் பின்னால் தொத்திக்கொண்டாள். குவார்ட்டேர்ஸை அடைந்தனர். அறைக்குள் அவள் படுத்துக்கொண்டாள். அவர் போர்ட்டிகோவில் மெத்தையை விரித்துப் போட்டார்.

போர்ட்டிகோ கம்பி அழிகள் வழியாக குளிர் உள்ளே புகுந்தது. மீண்டும் மீண்டும். முகத்திலிருந்து போர்வையை விலக்கியபோது திறந்த அறை ஜன்னல் வழியாக வெளிச்சம் தெரிந்தது.

அவர் எழும்பி உட்கார்ந்துகொண்டிருந்தார். மூடியிருந்த ஜன்னலை அவள் திறந்து வைத்துக்கொண்டிருக்கிறாள். போதாததற்கு உள்ளே விளக்கையும் போட்டு வைத்திருக்கிறாள்.

                                        தோப்பில் முஹம்மது மீரான்

கட்டிலில் அலட்சியமாகப் படுத்துக்கொண்டு கண்ணை மூடித் திறக்கிறாள். அங்கும் இங்கும் உருண்டும் புரண்டும் கிடக்கிறாள். கடைசியில் எழும்பி வருகிறாள்.

நழுவி விழுந்த சேலையைத் தூக்கிப் பிடித்துக்கொண்டு அவள் சொந்த விசயமென்பதுபோல் கேட்டாள். "ரொம்ப குளிர் இல்லையா?"

அவர் சிரித்துக்கொண்டார். ஒரு நல்ல விஷயம் பற்றி விசாரிக்கிறாள். அதுவும் குனிந்து கன்னங்களை ஜன்னல் கம்பிகளில் அழுத்தி வைத்துக்கொண்டு மீண்டும் சேலை நழுவி விழும்படியாக.

பதில் கிடைக்கவில்லை என்றபோதிலும் அவள் இன்னும் கேள்வியைக் கேட்டாள். "தூக்கம் வரலயா?"

அவர் கவனிக்காதபடி பதில் சொன்னார்.

"தூக்கம் வருது."

அவள் திரும்பிச் சென்று கட்டிலில் உட்கார்ந்துகொண்டாள். ஒரு தலையணையை எடுத்து மடியில் வைத்தாள்.

அவருக்குச் சிரிப்பு வந்தது. இதுவெல்லாம் எவ்வளவோ பார்த்தாகிவிட்டது. முதலில் உன்னைப் பார்த்தை மறந்து விடவில்லை. சத்திரக்குன்றிலுள்ள அரசாங்கப் பள்ளியில் படிக்கும்போது நீயும் நானும் சின்னப் பிள்ளைகளாக இருந்தோமே. மாலை நான்கு மணிக்குப் பள்ளிக்கூடம் விட்டு எல்லோரும் வீட்டைப் பார்த்து ஓடும்போது நீ சத்திரத்தின் சுவர் அருகில் அந்திமந்தார பூக்கள் மலர்வதைப் பார்த்து ரசித்துக்கொண்டிருந்தாய். தனியாக நான் வந்தேன். அந்திமந்தாரப் பூக்களை நீ நுள்ளி எடுத்துக் குவித்தாய். கண்ணிலும் உதட்டிலும். மினுமினுப்பான ஜாக்கட்டில் மாலை இளம் வெயில் பற்றிக் கிடந்தது. பாவாடை கொசுவங்களில் தங்கக் கசவுகள் ஜொலித்தன. பார்த்துப் பார்த்து நீ என்னை மூச்சுத்திணற வைத்துவிட்டாய்.

கடைசியாக நான் ஒரு பூ ஸ்லேடு வாங்கி உன் புத்தகத்திற்குள் மறைத்து வைத்தேன். அது யாருடையதென்று தெரியாத பாவனையில் கேசவபிள்ளை வாத்தியாரின் கையில் நீ அதை ஒப்படைத்தாய். அவர் சாக்குக்கட்டி கொண்டு தரையில் ஒரு வட்டம் போட்டார். அதற்குள் ஏறி நிற்கச் சொன்னார். நான் நிற்கவில்லை. சூரல் கம்பு ஓங்கி விழுந்தது. ஓடி தப்பிவிட்டேன். பிறகு சாக்குக்கட்டியால் வரையப்பட்ட வட்டமல்ல; இரும்பு

வளையங்களுக்குக்கூட நான் பயப்பட்டதுமில்லை. உன்னை வேறு யாரும் வலைக்குள் சிக்க வைக்காமல் இருக்கத்தான் இன்று இப்படி ஒரு வேலையைச் செய்தது. நீ படுத்து உறங்கு.

அவர் வெளியே எட்டிப்பார்த்தார். இருட்டில் பார்வைக்குப் புலப்படாத தூக்குக் கயிறுகளில் தொங்கி விளறிய வெளிச்சங்கள். அவற்றின் கடைசி மூச்சின் தாக்கத்தில் அசையும் மரக்கிளைகள்.

எதையும் நினைக்க வேண்டாம் என முடிவு செய்தார். அடுத்த வினாடி நினைத்துப் பார்த்தார்.

பூ ஸ்லைடு வாங்கவைத்த உஷா ஒரு மர காண்ட்ராக்டரின் மகள். கொஞ்சம் காலத்திற்குப் பின் வேலை சோலி இல்லாமல் நான் அலைந்தபோது அவள் மீண்டும் வந்தாள். வேறு ஒரு உஷாவின் உருவத்தில், திருமணம் செய்து கொள்வதற்கான ஒரு வேண்டுகோளுடன்.

திருமண ஆலோசனையுடன் அங்கு வந்த கைமள் வராந்தாவில் ஸ்டூல்மேல் கால் எடுத்து வைத்துக்கொண்டு வாழ்க்கை வரலாற்றைத் திறந்து வாசித்தார். பெண் கட்டித் தங்கம். குணத்திலும் கட்டித்தங்கம். அளவிற்கு அதிகம் பணவசதி. திருமணம் செய்துகொள்வதற்கு ஒப்புதல் தந்தால் தொழிற்சாலையில் உயர்ந்த வேலை உறுதி. வேலைக்குச் சேர்ந்த பிறகு தாலிகட்டினால் போதும். தாலியைக் கட்டிய பிறகு பையனின் விருப்பப்படி ஸ்கூட்டர் அல்லது கார். பெண்ணுக்கு எந்தக் குறைபாடும் இல்லை. கொஞ்சம் நொண்டல். நிறமும் கொஞ்சம் கருப்பு.

பள்ளித் தோழியான உஷாவின் முகம் அழகானது. அவளுடைய நீளமான வெள்ளை கை விரல்களில் அழகாக வெட்டிய நகங்கள் இருந்தன. அவற்றில் சாயம் பூசப்பட்டிருந்தன. அவளுடைய, தாமரை இதழ் போன்ற சின்ன இதயத்திற்குள் கோணப் பற்கள் இருந்தன. நீண்டு வளைந்து இரத்தம் கொட்டும் நகங்கள் இருந்தன. அதை யார் அறிவார்?

மூன்று பகலும் மூன்று இரவும் ஆலோசனை செய்தார். நிறம் கருப்பான உஷாவின் உள்ளம் வெள்ளையாக இருக்கலாம். காலை ஆரக்குழ சாலை இறக்கமிறங்கி சென்றடைந்தது குரிப்பள்ளிப் படித்துறையில். ஆற்றில் இறங்கியது குளிப்பதற்கென்ற பாவனையில். பல் துலக்கியது, கார்த்திகை மாதக் குளிரில் மணல்மேட்டில் உட்கார்ந்துகொண்டு. எதிரிலுள்ள மனைய்க்கல் படித்துறையில் ஆறேழு அழகான பெண்கள் நீராடினர். என் மனம் உள்ளே ஒரு கோணப்பல்லுடன் அவர்களோடு சேர்ந்து

   தோப்பில் முஹம்மது மீரான்

இறங்கியது. முங்கி குளித்து விளையாடும் நேரம் என் முகத்திற்கு நேராக தண்ணீரை சீற்றித் தெறிக்கச் செய்துவிட்டு நீ சொன்னாய்: 'அழகானவனும் கோணப்பல்லும்.'

அவ்வளவுதான். தண்ணீரில் மூழ்கித் தாழ்ந்து மூச்சுத் திணறிய என் மனத்தை நான் காப்பாற்றிக்கொண்டேன். கைமளிடம் மறுநாள் சென்று முடிவாகச் சொன்னேன். 'அது வேண்டாம்.'

அறைக்குள் கட்டில் அழுதது. அவள் மடியிலிருந்த தலையணையை மாற்றிவிட்டு எழும்பினாள். விளக்கை அணைத்தாள். மீண்டும் ஜன்னல் ஓரம் வந்து ஜன்னலில் முகத்தை அழுத்தி வைத்தாள். அதிக வெப்பமான மூச்சு அவருக்கு நேராக விட்டாள். வெளியிலிருந்து விழுந்த நிலவொளியில் கண்கள் மினுங்கின. பித்து பிடிக்கச் செய்யும் ஒரு நீல ஒளி அவற்றில் தெரிந்தது.

அவர் கவனிக்காதவாறு பார்த்தார். இது எதுவுமே நடக்கப் போவதில்லை. உன் அப்பா ஒரு பையனை அனுப்பி வைத்தார். உணவருந்தி மூன்று நாட்களாகிவிட்டனவென்று அவன் சொன்னான். அவன் கண்களில் ஒளி கெட்டுப்போயிருந்தது. அவனுடைய எலும்பு துறுத்திய நெஞ்சுப் பகுதியும் கந்தல் உடையும் கண்டு நான் இரக்கப்பட்டேன். அவனுக்கு எண்ணெயும் சோப்பும் கொடுத்து குளிக்கச் சொன்னேன். என்னுடைய பழைய சட்டையைக் கொடுத்தேன். வயிறு நிரம்ப உணவும் கொடுத்தேன். திரைப்படம் பார்க்கக்கூட காசு கொடுத்தேன். அவன் என்ன செய்தான் தெரியுமா? என் மகனுடைய கழுத்தில் கிடந்த தங்கச் சங்கிலியைத் திருடிக்கொண்டு ரயில் ஏறிவிட்டான்.

நிம்மதியாக வாழ நீ விடமாட்டாய். என் குழந்தைகள் விளையாட்டுப் பொருட்களுக்காக அழுதனர். உன் குழந்தையின் விலை உயர்ந்த விளையாட்டு காரையும் வண்ணப் பொம்மைகளையும் பார்த்துதான் அவர்கள் அழுதனர். எட்டணாவிற்கும் நாலணாவிற்கும் கிடைக்கும் கிழிந்து போகக்கூடிய பிளாஸ்டிக் பொம்மைகள் வாங்கிக் கொடுத்தேன். யப்பா, பிறருடைய பொருட்களுக்கு ஆசைப்படக் கூடாது. மனிதர்களிடம் தயை காட்ட வேண்டும். பிற குழந்தைகள் கேட்டால் உங்கள் பொம்மைகளைக் கொடுக்க வேண்டும். யாரிடமிருந்தும் பறித்துக்கொள்ளக் கூடாது. இதெல்லாம் என் குழந்தைகளுக்கு நான் சொல்லிக் கற்பித்தேன். அவர்களைப் பட்டினி கிடக்கவும் கற்பித்தேன். உன் குழந்தைகள் விளையாட்டு கார்களைத் தூக்கி வீசிவிட்டு ஓடி வந்தனர்.

புழுதி மணலில், திருப்தியுடன், அப்பாவின் கண்ணீரில் மணல் குழைத்து வீடு கட்டிய என் குழந்தைகளின் பொம்மைகளைப் பிடித்துப் பறித்தனர். நிரம்பிய கண்களுடன் என் குழந்தைகள் அப்பாவின் அறிவுரைகளை உருப்போட்டுக்கொண்டு மணல்வீடு கட்டினார்கள்.

பார்சல்காரர்களின் கைகளில் பச்சை நோட்டு கொடுத் தனுப்பியது உன் அப்பாவாகவுமிருக்கலாம். நீயாகவுமிருக்கலாம். நான் மசியவில்லை. பிறரை எல்லாம் வசப்படுத்தி எனக்கெதிரியாக்கினார்கள். அந்தக் குழந்தை பிளாட்பாரத்தில் படுத்து உறங்கியது. என்னை மயக்கி எடுக்க இப்போது நீயும், உன் சிவந்த உதடும் நீலக் கண்களும். இந்தப் பனி இரவும்.

அவர் அவளுடைய முகத்திற்கு நேராக கண்களை மூடினார்.

கண்களை அடைப்பது முட்டாள்தனம். இமைகளை அடைத்தால் முதலில் இருளின் சூனியம். பிறகு மெல்லிய இருட்டில் மெதுவாக உருவெமெடுத்து வியாபிக்கும் சதுப்பு நிலம். கறுப்பு ஆகாசம். கோடைக்காற்று. பண்டுகாலம் எப்போதோ ஒரு கவிஞன் தொலைவில் கண்ட தனிமை வெளிச்சம்போல் ஏதோ ஒன்று. பயணம் துவங்கலாயிற்று. இந்த நொண்டி மனசின் புனிதப் பயணம். பார்க்கப் பார்க்க விலகிச் செல்லும் வெளிச்சம். அதன் பின்னால் ஓடி எதிர்பாராமல் இந்த சதுப்பு நிலத்தில் தாழ்ந்துவிடும். கவனம் வேண்டும்.

வெளியில் பனிபோர்த்திய இரவு. பார்த்திருந்து அலுத்து விட்டது. அவள் உடையாடைகள் உதறி எழுந்தாள். எங்கோ மலர்ந்த முல்லைப் பூக்களின் வாசனையும் குளிர் காற்றும் திக்கித் திரண்டு வந்து அவரைத் தழுவியது. எல்லாம் சேர்ந்து எதிர்பாராதபடி அவருடைய தொண்டைக்குக் கீழ் கவ்விப் பிடித்துக்கொண்டது. நெஞ்சிற்குள் கனம் மிகுதியானது. மூச்சு உள்ளே செல்லவில்லை.

திடீரென்று அவர் எழும்பி உட்கார்ந்தார். இரண்டு முறை இருமி எடுத்து நிலவு பரவிய இரவின் முகத்திற்கு நேராக உமிழ்ந்தார். எஞ்சியிருந்த கடைசி மாத்திரையையும் விழுங்கினார்.

முல்லைப் பூ மணத்தை இனம் காணத் துவங்கினார். நரம்புகள் வழியாக போதை ஏறியது. ஆவேசத்தோடு குளிர்காற்றை ஆய்ந்து இழுத்தெடுத்தார். அவர் சிந்தனை செய்தார். நாளை நான் பார்சல்காரர்களிடமிருந்து ரூபாய் நோட்டுகள் வாங்குவேன். ரயிலை பத்து மினிட் கூடுதலாக நிப்பாட்டுவேன். அந்தப் பழைய

     தோப்பில் முஹம்மது மீரான்

கடிகாரத்தின் முகத்தை மிதித்து உடைப்பேன். வீட்டிலிருந்து மனைவி மக்களையும் கொண்டு வருவேன். பிளாட்பாரத்தில் படுத்துறங்கும் குழந்தையை எண்ணை தேய்த்து குளிப்பாட்டுவேன்.

நடுங்கும் விரல்களைக் கொண்டு போர்வையை எடுத்து விலக்கினார். எழும்பினார். அவர் இரைத்துக்கொண்டு வாசலைத் தட்டினார்.

வெளியில் ஒளி பரந்திருக்கிறது. பகலின் முதல் ஒளி.

அவள் கதவைத் திறந்துகொண்டு வந்தாள். அவரை மேலும் கீழும் பார்த்தாள்.

இரக்கக் கசிவுடையயவளாகக் கேட்டாள்.

"உங்களுக்கு உடம்புக்கு சரியில்லையா?"

அவர் கண்களில் பரந்திருந்த ஆடையை விலக்கிக்கொண்டு பார்க்கச் சிரமப்பட்டார். அவள் வெளியே இறங்கி வந்தாள். திரும்பிப் பாராமல் நடந்தாள். பக்கத்து வீட்டு முற்றத்தில் டிக்கட் கலெக்டர் நின்றுகொண்டிருந்தார். அவள் அவரை தொட்டுரசிக்கொண்டு அந்த வீட்டிற்குள் ஏறிச் சென்றாள்.

மாதர் பூமி, 1969

தொடை எலும்பு

நி.ஸி. இந்து கோபன்

அன்றைய தினம் மழையாயிருந்தது. கொச்சவுசேப் கட்டிலில் உறங்கிக்கொண்டிருந்தார். பொடியன் ராஜப்பன் மழையைப் பார்த்து குடிசையின் முன் உட்கார்ந்துகொண்டிருந்தான். உட்கார்ந்திருக்க பொடியனுக்கு கவலை அதிகரித்தது.

"அப்பா ... அப்பா ..." அவன் அப்பாவை குலுக்கி எழுப்பினான்.

"என்னலே ?"

கொச்சவுசேப் விழிக்காமல் கேட்டார். பொடியன் ராஜப்பன் தேவைப்பட்டான். "எனக்கு அம்மாவுடைய ஒரு தொடை எலும்பு வேணும்."

இதைக் கேட்டு கொச்சவுசேப் உறங்கிய நிலையிலே நிம்மதியை இழந்தார். சில நிமிடங்களுக்குப் பின் பரபரப்புடன் உணர்ந்து பார்க்கும்போது பொடியன் போய்விட்டான். கொச்சவுசேப் பெரும் மழையில் வெளியே கிளம்பினார். மாதாகோயிலை நெருங்கினார். கோயிலில் 'குர்பானா' நடக்கிறது. திரும்பி நடந்தார். நேராக சென்றது கல்லறைத் தோட்டத்திற்கு. அங்கே கொஞ்சம் சுற்றி நடந்தார்; தேவையில்லாமல். பிறகு திரும்பி வந்தார்.

வீட்டிற்குச் செல்லும்போது பொடியன் ஒரு பிரேதத்தைப் போன்று முறைக்கின்றான். ஒரு உதை கொடுக்கத் தோன்றியது. தினமும் பத்து நாற்பது தடவையாவது அவ்வாறு தோன்றுவதுண்டு.

ஒன்றிரண்டு தடவை உதை விட்டதுமுண்டு. பொடியனின் கையிருப்பு நல்லதல்ல. என்ன செய்ய? உறவு என்று சொல்வதற்கு அவன் ஒருத்தன்தான் இருக்கிறான்.

ராஜப்பனை கொச்சவுசேப் கடுமையாகப் பார்த்தார். பொடியன் பகை உணர்வோடு திருப்பிப் பார்த்தான். ஒரு உதை விட்டாலென்ன? கை விறுவிறென்றிருந்தது. உடனே அவன் நிற்காமல் ஓடிவிட்டான். சிறிது நேரம் சென்றபின் மேஜைமீது இருந்த தொடை எலும்பை எடுத்துக்கொண்டு வந்து கோபத்தோடு, கண்ணில் கண்ணீர் நிரம்ப அச்சுறுத்தினான்.

"ஓடிப்பேன். நான் ஓடிப்பேன்."

சொன்னதும் அழுதுவிட்டான்.

"அப்படியானால் நான் கையை வெட்டுவேன்."

"ஆனாலும் ஓடிப்பேன். செத்தாலும் ஓடிப்பேன்."

பொடியனுக்குப் பிடிவாதம். அவன் தேம்பி அழுதான்.

கொச்சவுசேப் சற்று குளிர்ந்தார்.

"அப்பா, முயற்சி செய்யேன்."

நிமிடத்திற்குள் கொச்சவுசேப் அன்போடு பொடியனைத் தூக்கித் தோளில் வைத்தார். தோளில் கிடந்தபடி அப்பாவைக் கட்டி அணைத்து பொடியன் ஏங்கி ஏங்கி அழுதான். கொச்சவுசேப் பொடியனிடமிருந்து எலும்பை வாங்கி மேஜைமீது வைத்தார்.

அந்த எலும்பு சாமானியப்பட்ட எலும்பல்ல. பொடியன் அதை ஓடிப்பேன் என்று சொன்னாலே பொதுவாக கொச்சவுசேபுக்கு கெட்ட கோபம் வந்துவிடும். காரணம், அது கொச்சவுசேபின் அப்பா கொச்சுவறீதின் தொடை எலும்பாகும். இரு பக்கமாகப் பிளந்த பாம்பின் தலை போன்று, உறுதியான எலும்பு. அதன் மத்தியில் சிறு உடைவு. வெள்ளை எறும்புகள் வரிசையாக ஊர்ந்து செல்வது போல். இந்த உடைவுதான் பலசாலியான அப்பாவை குழிக்குள்ளாக்கியது. கல்லறைத் தோட்டத்தில் ஒரு புதைகுழி வெட்டினார் அப்பா. மண்வெட்டி பாறையில் தட்டியது. பாலன்ஸ் தவறியது. விழுந்து பாறையில் கால் தடுக்கி தொடை எலும்பு ஒடிந்தது. இந்தக் கதையை அப்பாதான் கொச்சவுசேபிடம் சொன்னது.

கால் பாறைமீது மோதினால் தொடை எலும்பு எப்படி ஒடியும் என்பது புதிராகவே இப்போதும் இருக்கிறது. அப்பா பல காரியங்களை மறைக்கவும் ஒளிக்கவும் செய்வார். எலும்பு ஒடிந்து அப்பா விழுந்துவிட்டார். அதிலிருந்து எழும்பவே

இல்லை. ஓடிந்த எலும்பு குணப்படவும் இல்லை. செத்துவிட்டார். குழி தோண்டியது கொச்சவுசேபாகும். கல்லறைத் தோட்டத்தில் புதைகுழி தோண்டும் பரம்பரை.

செத்து ஏழாவது வருடம் அப்பாவை குழியிலிருந்து கொச்சவுசேப் வெளியே எடுத்துப் போட்டார். கல்லறைத் தோட்டம் ரொம்பவே சிறியது. சாவு எண்ணிக்கை மிகவும் அதிகம். பல வருடங்கள் பழமையானதால் உறவினர்கள் பிரார்த்தனைக்கு வராமல் விட்டுவிட்ட கல்லறைகளை உடைத்து எறிந்துவிட்டுப் புதிய குழி வெட்டப்படும். பணக்காரர்கள் கம்மி; ஏழைகள் அதிகம். பணவசதி படைத்தவர்களுடைய கல்லறைகளை தொடாமலிருந்தால் போதும். ஏழைகளை பாதிரியார் தர்ம உபதேசம் செய்து நிறுத்திவிடுவார்.

அவ்வாறு வேறு வழியின்றி கொச்சவுசேபுக்கு சொந்த அப்பாவின் கல்லறையை உடைக்க நேர்ந்தது. அப்பா நிலை குலைந்தபடி இருந்தார். அப்பாவின் எலும்புக் கூட்டின் வடிவமே மாறி இருந்தது. எலும்புகள் சிதறிய நிலையில். மனநிம்மதியில்லாமல் இறப்பவர்களுடைய எலும்புக் கூடுகள் அமைதியாகக் கிடப்பதில்லை. எலும்பும் மண்டையோடும் தோண்டி அள்ளி எலும்பை வேறு குழியில் கொண்டு போட்டபோது உண்மையில் கொஞ்சம் வேதனையாகத்தான் இருந்தது. திருப்பி சென்று அப்பாவுடைய நினைவிற்காக எடுத்ததுதான் இந்த தொடை எலும்பு. உடைந்த எலும்பு.

கொச்சவுசேபுக்கு அப்பா என்றால் மரச்சீனித் தோட்டத்தி லிருந்து கொண்டுவரும் பச்சை மரச்சீனியின் ருசி. அதுமட்டுமே அப்பா சுமந்துகொண்டு வீட்டுக்கு வருவது. மற்ற நேரங்களில் அப்பாவை ஆட்கள் சுமந்துகொண்டு வருவார்கள். அப்பா செத்துவிட்டால் எதற்குக் கவலைப்பட வேண்டும்? ஆனால் அப்பா செத்து காலம் கொஞ்சம் கடந்தபின்தான் மேஜைமேல் இருக்கும் தொடை எலும்பின் மீது அன்பு தோன்றியது. பல தடவை அதை எடுத்து ஒடித்து தூக்கி வீச எண்ணியதுண்டு. இனி ஒருபோதும் அவ்வாறு சிந்திக்க முடியாது. தனக்குப் பின்னால் தன்னைத் தாங்கிக்கொள்வதற்கு என்னவெல்லாமோ உள்ளன என்ற நம்பிக்கையும் கொஞ்சம் நினைவுகளும் மட்டுமே இப்போது இந்த எலும்பு.

பொடியன் ராஜப்பன் கடந்த 2 ஆண்டுகளுக்கிடையில் அவனுடைய தாயின் ஒரு எலும்பு வேண்டுமென்று கேட்பது இது ஆறாவது தடவை. ஒவ்வொரு முறையும் கொச்சவுசேபுக்கு அது நல்ல நினைவு. அது தேவைப்படுவதால் இரண்டு நாட்களாக சொல்ல முடியாத நிம்மதியின்மை.

    தோப்பில் முஹம்மது மீரான்

முந்தாநாள் பனையேறும் இரத்னாகரன் இரகசியமான முறையில் இரண்டு தொடை எலும்புகள் வாங்குவதற்காக வந்தான். எருமை மாட்டின் எலும்பால் இடுக்கிப் பிடிக்கும்போது கூம்பிலிருந்து கள் சுரந்து வரவில்லையாம். ஏதோ கெட்ட நேரம். ஒரு கணியான் கொடுத்த உபதேசம். இரண்டு எலும்புகள் கொடுத்ததற்கு 100 ரூபாயும் கிடைத்தது. எலும்பை இரகசியமாகக் கொடுக்கும்பொழுது ராஜப்பன் "அப்பா" என்று கூப்பிட்டான். பயந்து போனார். வேலை இழப்பு ஏற்படும் செயல். உதையும் கிடைக்கும். சென்று பார்க்கும்பொழுது பொடியன் அடுப்பங்கரையின் மூலையில் உட்கார்ந்து விம்மி விம்மி வெடிக்கிறான்.

"எனக்கு என் அம்மாவின் எலும்பு வேணும். அப்பாவிற்கு அம்மாமீது அன்பே இல்லை. தாத்தாவின் எலும்புத் துண்டை நான் சுட்டுக் கரியாக்குவேன். அதோடு செத்துவிடுவேன். எனக்கு என் அம்மாதான் வேணும். அப்பாவிற்கு தாத்தாவை தேவைப்படுவது போல." கொச்சவுசேப் எதுவும் பேசவில்லை. வீட்டில் இருந்து பார்த்தால் கல்லறைத் தோட்டத்தின் பின்பகுதி தெரியும். மெல்ல எழும்பி நடந்தார். கல்லறைத் தோட்டத்தின் வலப்பக்கம் பாறைக் கூட்டம். கருப்புப் பாறைகள். கல்லறைத் தோட்டத்தை விரிவுபடுத்துவதற்காக பாறைகள் வெடிவைத்து உடைக்கப்பட்டன. கொஞ்சம் இடம் கிடைத்ததல்லாமல் வேறு பயனேதுமில்லை. அன்று பாறைகளை உடைத்ததால் ஏற்பட்ட இடுக்கில் மலேரியா பிடித்து மரணப்பட்ட லிஸியை அவர் குழி தோண்டிப் புதைத்தார். அடக்கம் செய்யும் நேரம் அழவில்லை. அழுவதை எதிர்நோக்கி நின்றுகொண்டிருந்தனர் திரண்டிருந்த மக்கள். அது பெரிய ஒரு நிகழ்வு போல் இருந்தது. மனைவியைக் கணவன் அடக்கம் செய்யும் காட்சி. அழுதார். வீட்டுக்குச் சென்றபின் இரவு மொத்தமாக.

அதை நினைக்கையில் இப்போதும் அழுதுவிடுவார். அன்று ராஜப்பன் கைக்குழந்தை.

மீண்டும் அவற்றைப் பற்றிய சிந்தனையில் கொச்சவுசேபுக்கு மேலும் துக்கம் தோன்றியது. மகன் ராஜப்பனுடைய சேட்டை கூடியது. முக்கியமாக எலும்புக் குழியில். இரகசியமாக மண்டை ஓட்டை எடுத்துக் கொண்டுபோய் நண்பர்களைப் பயம் காட்டுவான்.

ஸ்கூலில் இடைவேளைகளில் தனியாக நிற்கும் மாணவி களைப் பார்க்கும்பொழுது அவன் நெருங்கிச் செல்வான். சிரித்து விளையாடும் நேரம் பார்த்து அவன் கையிலிருந்து மண்டையோடை வெளியே எடுத்துக் காட்டுவான். ஒரு மாணவிக்கு இழுப்பு

வந்து வாயிலிருந்து நுரையும் பதையும் வெளியேறி நினைவற்று விழுந்தாள். சிஸ்டர்களிடமிருந்தும் கொச்சவுசேப்பிடமிருந்தும் நல்ல உதை வாங்கினான். மண்டையோடாவது எலும்பாவது மேற்கொண்டு கொண்டுவந்தால் இனி எச்சரித்து விடுவது இல்லை. கண்டிப்பாக பேர் வெட்டி ஸ்கூலிலிருந்து விலக்கிவிடுவோம். சிஸ்டர் கொச்சவுசேப்பைக் கூப்பிட்டு மிரட்டினார். சிஸ்டர் பலதடவை இப்படி மிரட்டியதுண்டு. ஆனால் ரொம்பவும் முண்டி விரட்டுவது இல்லை. சிஸ்டரம்மா செத்துவிட்டால் சிலவேளை புதைக்க அவர் கிடைக்காமல் போனாலோ. இம்முறை சிஸ்டரின் கண்கள் நிரம்பியிருந்தன. "இனி படிக்க வேண்டாம்" எனச் சொல்லி பொடியனின் கையைப் பிடித்து கொச்சவுசேப் இழுத்ததும் நிஜமாக சிஸ்டர் அழுதார். அவருக்கும் கவலையாக இருந்தது. பொடியனை சிஸ்டர் அழைத்துச் சென்றார்.

மாலையில் கொச்சவுசேபு ஒரு சவத்தைப் புதைத்துப் போட்டபின் கல்லறைத் தோட்ட வாசலில் சவத்தின் வீச்சத்துடன் பொடியனை எதிர்பார்த்து நின்றார்.

நடந்து செல்லும் வழியில் கேட்டார், "ஏன் ராஜப்பா இப்படியெல்லாம் நடந்துகொள்கிறாய்?"

"அப்பா எனக்கு அம்மாவுடைய எலும்பை எடுத்துத் தாருங்கள். தந்த பிறகு அப்பாவின் சொல்படிதான் நடப்பேன்."

"இல்லையானால் நான் செத்தே போவேன். என் சவம் அப்பாவுக்குக் கிடைக்காது, புதைக்க. நான் தொலைவிடத்திற்கு ஓடிப்போவேன்."

"அப்பா முயற்சிக்கட்டும்." அவர் இது மட்டும் சொன்னார். இப்படி அன்றைய தினம் கடந்தது.

கொச்சவுசேப் உறுதி பூண்டார். லிசி செத்து பத்து வருடங்கள் ஆயின. அவளுடைய ஒரு எலும்பு கிடைத்தால்தான் பொடியன் அடங்குவானானால் அப்படியே ஆகட்டும்.

ஆனால் அவருக்குப் பயமும் கவலையுமாக இருந்தது. லிசியுடைய புதைகுழியைத் தோண்டுவதற்கு. முந்தைய நாள் இரவில் கொச்சவுசேப் பல கனவுகள் கண்டார். லிசியின் எலும்புகளை அவனிடம் கொடுக்கும் பொழுது அவை பூக்களாக மாறின. எலும்புகளே ஒருபோதும் வாடாத பூக்களாகும். ராஜப்பன் எலும்புகளைத் தொட்டுத் தடவிக்கொண்டிருக்கையில் அவன் சுயம் வளர்ந்து வந்தான். பெரிய கோட்டும் சூட்டும் அணிந்து வந்தான்.

                    தோப்பில் முஹம்மது மீரான்

கனவு கண்டு எழும்பிய போது பயம் சற்று தணிந்தது. கனவுக்கு ஒரு ஆறுதல் கிடைத்தது. கல்லறைத்தோட்டம் சிறியதானதால் மின்மயமாக்கப் போவதாக ஒரு தடவை பாதிரியார் சொன்னார். அப்போது வேலை இழப்பு ஏற்படுமோ என்ற பயம் இருந்தது. இப்போது அந்தப் பயமே இல்லை. இனி கல்லறைத் தோட்டத்தில் ஒரு குழிவெட்டுக்காரனும் இருக்கக் கூடாது. ஒரு எலும்புகூட மீதி இருக்கக் கூடாது. கருகட்டும் எல்லாம் மின்சாரத்தில்.

பிக்காசும் மண்வெட்டியும் எடுத்ததும் தளர்ந்துவிட்டார். மனசில் லிஸி வந்து நிற்கிறாள். நிரம்பி, பரந்து. அவர் ஷாப்பில் ஏறிக் குடித்தார். குடித்தபோது அழுததாக தோன்றியது. யாரோ வந்து சிரித்தபடி என்னவெல்லாமோ கேட்டார்.

என் லிஸி.

மயான வளைவுக்குள் நட்ட பகல். சவம்தின்னி செடிகள் எல்லாம் தானாக உடைந்து வீச்சம் பரப்புகிறது. அவ்வாறு கல்லறைத் தோட்டத்திற்குள் புகுந்தபோது கல்லறைத் தோட்டம் ஆக குலுங்கியது. பாகனைப் பார்த்த யானையைப் போன்று. கல்லறைத் தோட்டத்தின் பொறுப்பு கொச்சவுசேப்பிற்கு. சவங்கள் கூட எதுவும் பேசவில்லை. லிஸி கிடப்பது பாறைகளுக்கிடையில். அங்கு அவளைப் புதைத்தது இரண்டடி அகலத்தில் உள்ள இடுக்கிற்குள்.

மண்டைக்குள் சூரியன் ஜொலிக்கின்றது. வேர்வை குத்தி ஓடுகின்றது. முதல் வெட்டிற்கு ஓங்கியதும் ராஜப்பன் ஓடிவந்தான்.

"போடா வீட்டுக்கு."

"ஊஹஉம். என் அம்மாவைப் பாக்கணும்."

"முடியாது போ. அம்மாவைப் பார்க்க வேண்டாம். போய்விடு. இல்லையானால் வெட்டமாட்டேன்."

பொடியன் ராஜப்பன் போகாமல் சிணுங்கி நின்றான். கொச்சவுசேப் ஒரு மண்ணாங்கட்டியை எடுத்து ஒரு எறிவிட்டார். அவன் ஓடி விட்டான். தொலைவிலிருந்து ஒளிந்து நோக்கினான்.

முதல் ஐந்தாறு வெட்டுகள் இலகுவாக இருந்தன. திடீரென மண்வெட்டி பாறையில் தட்டியது. மண் விலகவில்லை. ஆனால் பாறைகளுக்கிடையிலுள்ள இடுக்கு தெரிந்தது.

கொச்சவுசேப் மலைத்துப்போய் நின்றார். லிஸியை எடுத்துப் பாறை இடுக்கில் போட்டல்லவா மண் போட்டது. இப்போது

அது இரண்டடி அகலமான ஒரு துவாரமாக மாறிவிட்டது. மீதி இடமெல்லாம் பாறை வளர்ந்து மூடியிருக்கிறது. பாறை வளரும்.

ரொம்பவும் சிரமப்பட்டார். இப்போது மண்வெட்டி நுழைய முடியாதபடி ஏதோ ஒரு வெள்ளை நிற ஆடை தெரிந்தது. பிக்காசால் கொத்தினார். உள்ளே ஒரு குகை. அதற்கு நேராக ஒரு பார்வையை பாய்ச்சினார். அவர் அலறி கூப்பிட்டு பின்னால் மல்லாக்க விழுந்தார். அழுகாமல் லிஸி ஒரு கூப்பாடு போன்று ஒரு கெட்ட வாடையாக மாறிவிட்டாள். அந்த வாடை அவர் உடம்பில் பரவியது. அவர் முட்டு ஊன்றி உட்கார்ந்துவிட்டார். கருத்து கருமையானதால் சுக்காய் சுருங்கிய அடர்த்தியான முடிக்கட்டு தலையிலிருந்து கழன்று விலகிக் கிடந்தது. அவர் அவளுடைய முகத்தை ஒருமுறை பார்த்த கணம் ஓவென்று அலறிக் கூப்பிட்டார். மறைந்து நின்ற பொடியன் ராஜப்பன் ஓடிவந்தான்.

“எனக்கு என் அம்மாவைப் பாக்கணும்.”

“போடா.” அவர் ஒரு கெட்ட வார்த்தையை கத்தினார். கையில் கிடைத்த மண்ணாங்கட்டியும் கல்லும் மணலும் அள்ளி பொடியனை நோக்கி வீசினார். ஒரு கல் அவன் தலையில் தாக்கியது. கண்களில் மண் அப்பியது. அங்கையே போட்டு அவர் அவனை மிதித்தார். அதன்பின் பைத்தியம்போல் பாறை துவாரத்திற்கு நேராக மணலை அள்ளி வீசினார். பொடியன் குதித்து எழும்பினான்.

“எனக்கு என் அம்மாவை பாக்கணும். எனக்கு என் அம்மாவின் எலும்புகள் வேணும்.” கூப்பாடு போட்டுக்கொண்டு வெறிபிடித்து முன்னோக்கிப் பாய்ந்தான். “எனக்கு என் அம்மாவின் எலும்புகள் வேணும்.” அவர் அவனை இழுத்து தொலைவில் வீசினார். பிறகு ஓடிச்சென்று கடித்தார். கிள்ளினார். தாங்கவியலாத ஒரு துர்நாற்றம் அந்த நேரம் பொடியனுடைய மூக்கினுள் நுழைந்தது. உடனே அவன் அடங்கிவிட்டான். பொடியன் ராஜப்பனை கட்டி அணைத்துக்கொண்டு கொச்சவுசேப் குலுங்கிக் குலுங்கி அழுதார்.

குங்குமம், 2005

தோப்பில் முஹம்மது மீரான்

சரளா டீச்சர்

எம். முகுந்தன்

சரளா டீச்சர் எதையோ பார்த்து எப்போதும் பயப்படுகிறார். இரண்டு நாட்களுக்கு முன்பு, கருக்கல் நேரம். ஜன்னல் வழியாக வெளியே பார்த்தபோது, நிலவிற்கு அருகில் ஒரு நிழல்போல் நின்று ஏதோ தன்னைப் பார்ப்பதாக அவருக்குத் தோன்றியது. பயந்துவிட்ட சரளா டீச்சர், உடன் உள்ளே சென்றுவிட்டார். அதன்பிறகு, வானத்தையோ வெளிப்பக்கத்தையோ பார்க்கக்கூட டீச்சருக்குத் துணிச்சல் வரவில்லை.

நிலாவின் அருகிலிருந்து பார்த்தது யார்? எதுவாக இருந்தது? மழை மேகமில்லை என்று ஆணையிட்டுக் கூறலாம். காரணம், வானத்தில் எங்குமே அந்நேரம் ஒரு கீற்று கருமையான மேகம் கூட இருக்கவில்லை. இரவான பிறகும் எரிந்து அடங்காத பங்குனி சூட்டில் வானம் உடுதுணி உரிந்து போன்று காட்சி தந்தது.

மூக்குக் கண்ணாடியின் குழப்பமாக யிருக்கலாமோ என்று ஒரு நிமிடம் சந்தேகப்பட்டார். சென்ற நான்கு வருடங்களில் மூன்று முறை கண்ணாடி மாற்றிப் போட வேண்டியதாயிற்று. சுவரிலிருந்து வெளிச்சம் சொரியும் விளக்கு ஒளியில் கண்ணாடியை எடுத்துச் சோதனை செய்தார். கண்ணாடியில் தூசி படிந்திருக்கவில்லை. பார்வையைத் தரும் கண்ணாடியைத் துடைத்து சுத்தமாக வைப்பதில் அவர் கவனமாக இருப்பார்.

கண்ணாடியின் குழப்பம் இல்லாவிட்டால் பிறகு, கண்ணின் குழப்பமாகவும் இருக்கலாம்!

எங்கேயோ ஏதோ கோளாறு இருக்கிறது. நிச்சயம், "டீச்சரம்மா, ஏதாவது சொன்னீங்களா?"

சரோஜினி கேட்டாள். டீச்சரின் சிந்தனை சற்று உரத்ததாக இருந்தது.

"இல்லை. எதுவும் சொல்லவில்லை. நீ போய் படுத்துக்கோ."

"டீச்சரம்மா, நீங்க ஏன் உறங்கல்ல?"

"போய் படுத்துக்கோ."

எப்பவும் மென்மையாகப் பேசும் சரளா டீச்சரின் குரல், உரத்ததாக இருந்தது. அங்கலாய்ப்புடன் சரோஜினி திரும்பிவிட்டாள்.

கதவை அடைத்துவிட்டுத் திரும்பி நின்றபோது, திறந்து கிடந்த ஜன்னலுக்கு வெளியே ஏதோ அசைவதாக டீச்சருக்குத் தோன்றியது. நிலாவருகில் நின்று கீழே பார்த்துக்கொண்டிருந்த நிழல் போன்ற அதே உருவம்.

சரளா டீச்சர் எப்பவும் அந்த ஜன்னலைத் திறந்திடுவதுண்டு. உலகம் முழுவதும் நிசப்தமாகும்போது அதுவழியாக இளம் தென்றல் டீச்சரை தழுவி உறக்காட்டுவதற்கு இழைந்துவரும். அந்த ஜன்னல் வழியாக அவர் பார்த்தது வெளி உலகை அல்ல. அதன் கறையான் பிடித்த கதவுகள் அவருடைய உள்ளுக்குள் உள்ள உலகத்திற்கு நேராகத் திறந்தன.

ஒரு நிமிடம் டீச்சர் ஜன்னலையே பார்த்து நின்றார். எதுவும் தெரியவில்லை. இருந்தாலும் ஜன்னல் கதவுகளுக்குப் பின்பக்கம் என்னவோ பதுங்கி இருப்பதாக அவருக்கு உறுதியாகிவிட்டது. ஜன்னல் கதவுகள் இரண்டையும் அடைத்து கொண்டி போட எண்ணினாலும் அவருடைய கால்கள் அசையவில்லை.

"சரோஜினி."

"என்ன டீச்சரம்மா?"

அவள் ஓடி வந்தாள்.

"அந்த ஜன்னலை அடச்சு கொண்டி போடு."

டீச்சருடைய குரலில் இளைப்பு காணப்பட்டது.

அவள் சொன்னபடி செய்தாள்.

   தோப்பில் முஹம்மது மீரான்

அடைத்துவிட்ட ஜன்னல் சரளா டீச்சருக்கு ஆறுதல் அளித்தது. விளக்கை அணைத்துவிட்டுப் படுக்கச் சென்றார். உறக்கம் வரவே இல்லை. கண்கள், மூடிய ஜன்னலின் மீது ஊன்றி நின்றன. ஜன்னலுக்கு வெளியே வந்து நின்றது என்னவென்று அவருக்குப் புலப்படவில்லை. ஆனால், ஒன்று மட்டும் நிச்சயம். அது நிலாவினருகில் நின்று கீழே பார்த்த அதே உருவம்தான். இனி அது எப்போது கதவைத் தள்ளித் திறந்து உள்ளே வரப்போகிறதோ? டீச்சருக்கு அவருடைய முதுகெலும்பு வழியாக என்னவோ துடிதுடித்து ஏறுவதாகத் தோன்றியது.

சரளா டீச்சர் உறக்கம் வராமல் முகட்டைப் பார்த்துக் கிடந்தார். மேலே மெல்லச் சுழலும் பங்கா போன்று தன் தலையும் சுழல்வதாக அவருக்குத் தோன்றியது.

உறக்கம் வராமல் கிடந்த டீச்சர், எழும்பி மீண்டும் விளக்கைப் போட்டார். அவருடைய கண்கள் எல்லா பக்கமும் எதையோ பயந்தபடி தேடித் திரிந்தன. அவ்வாறு அன்று இரவு முழுவதும் பலமுறை விளக்கைப் போடவும் அணைக்கவும் செய்துகொண்டிருந்தார். பங்காவின் வேகத்தைக் கூட்டவும் குறைக்கவும் செய்தார். இறுதியாக வெளிச்சத்தில் கிடந்தபடியே சோர்ந்து போய் சற்று கண்கள் அயர்ந்தன.

பிற்பாடு வந்த எல்லா இரவுகளிலும் அது தொடர்ந்தது. உறக்கமின்மையால் டீச்சரின் கண் தடங்கள் கருப்பாயின. பசி இல்லாததால் கஞ்சியும் சோறும் தேவைப்படவில்லை.

"டீச்சருக்கு உடம்பு சரியில்லையா?"

சரோஜினி எல்லாம் பார்த்துக்கொண்டுதான் இருக்கிறாள். ஆனால், அவளுக்கு ஏதும் புரியவில்லை. அவளுக்குச் சந்தேகம் தோன்றியது.

"எனக்கு ஒரு நோயும் இல்லை."

"இல்லையானா, டீச்சரம்மா கஞ்சி குடிக்காதது ஏன்?"

"பசி இல்லை."

சரளா டீச்சர் சிரிக்க முயன்றார்.

"மாங்காய் இருக்குது. கஞ்சிக்கு தேங்காய் தொவயல் அரச்சு தரட்டுமா?"

"வேண்டாம். எதுவும் வேண்டாம்" டீச்சர் சொன்னார்.

"எங்காவது கொஞ்சம் கட்டையைச் சாய்த்தால் போதும்."

டீச்சருக்கு உறங்க வேண்டுமென்று தோன்றியது. மணி எட்டாகவில்லை. இருந்தாலும் இடைவெளிப்பக்கம் வழியிலுள்ள விளக்கு எரியாததால், அங்கு சீக்கிரமே இருட்டு பரவியது. இருட்டு வழியாக வீடுகளுக்குத் திரும்பிச் செல்லும் ஊர் மக்களின் காலடி ஓசை கேட்கலாம்.

"இன்று டீச்சரம்மா குளிக்கக்கூட இல்லை" சரோஜினி பெருமூச்சு விட்டாள்.

வழக்கம்போல் சரளா டீச்சர் விளக்கைப் போடவும் அணைக்கவும் செய்துகொண்டிருந்தார். டீச்சருடைய பார்வை எந்நேரமும் மூடப்பட்டிருந்த ஜன்னல் மீதிருந்தது. அவருடைய மூச்சுக்கு வேகம் கூடியது. வெளிறிப்போன முகத்துடன் காது கூர்ந்து அசையாமல் படுத்துக்கொண்டார்.

டி.வி. சீரியல் பார்க்காமல், முன் திண்ணை அடுப்பங்கரை விளக்குகளை அணைத்துவிட்டு சரோஜினி முன்னரே படுத்துக்கொண்டாள். சற்று நேரம் சென்ற பின், அவள் எழும்பி பாயை எடுத்துக்கொண்டு சரளா டீச்சரின் படுக்கை அறைக்கு வெளியே வாசல் பக்கம் விரித்து அங்கேயே படுத்துக் கொண்டாள். மூடப்பட்ட கதவுகளுக்கு அப்புறம் டீச்சரின் அறைக்குள் வெளிச்சம் தெரிந்தது. கொஞ்சம் நேரம் சென்றதும் அணைந்துவிட்டது. இப்படியாக நேரம் புலர்ந்தது.

"டீச்சரம்மா வாங்க, நா குளிப்பாட்டி விடுகிறேன். நல்லெண்ணை தேச்சு வெந்நீரில் குளிச்சால், எல்லா நோயும் குணப்படும்."

குளியல் அறை அடுப்பில் அண்டாவில் வெந்நீர் சூடாகிக் கொண்டிருந்தது. சரோஜினி, சரளா டீச்சரை கட்டாயப்படுத்தி குளியல் அறைக்கு அழைத்துச் சென்றாள். பாவாடை தும்பை இடுப்பில் சொருகிக்கொண்டு, ஸ்டூல் எடுத்து வந்து குளியல் அறையில் போட்டாள்.

"எனக்கு முடியல, சரோஜினி."

"குளிச்சா, டீச்சரம்மாவுக்குத் தெம்பு கிடைக்கும்."

சரோஜினி, டீச்சரம்மா கட்டியிருந்த வெள்ளைச் சேலையை அவிழ்த்துக் கொடியில் போட்டாள். கம்யூனிஸ்ட் தோழியான டீச்சர், கே.கே.என். என்று அழைக்கப்படும் தோழர். கே. குஞ்சு கிருஷ்ணன் நம்பியார் மறைந்த நாள் முதற்கொண்டு, வெள்ளை உடை அணியலானார். அதற்குப் பின், வண்ண உடைகள் அணிந்த நிலையில் அவரை யாரும் பார்த்ததே இல்லை. சரோஜினி, டீச்சரின் ஜம்பரை உருவி எடுத்தாள். டீச்சரை

தோப்பில் முஹம்மது மீரான்

ஸ்டூலில் உட்காரவைத்து எண்ணை தேய்த்துக் கொடுத்தாள். அப்போதெல்லாம், "என்னால் முடியல, முடியல" என்று சொல்லிக்கொண்டே இருந்தார் டீச்சர்.

குளித்த பிறகு ஈர முடியை காய வைப்பதற்காக சரளா டீச்சர் வெளியே வந்து உட்கார்ந்துகொண்டார். அப்போது சரோஜினி சொன்னது உண்மையென டீச்சருக்குப் புரிந்தது. அவருக்கு நல்ல உற்சாகமாக இருந்தது.

"டீச்சரம்மா, ஏன் முடியை கறுப்பாக்கவில்லை?"

"முடிய கறூப்பாக்கி வைத்து யாருக்குக் காட்ட ..."

"இப்போ எல்லாரும் முடியை கறுப்பாக்குகிறாங்க. அந்த நாராயணன் ஆசாரிக்க பெஞ்சாதிகூட, தலையில் 'டை' தேச்சிட்டு நடக்குறாளே."

"முடி கறுப்பாக்கிறவங்களுடைய கணக்கு எடுக்கிறியா? உனக்கு வேற வேலை இல்லையா?"

குளியலின் இன்பத்தின் உச்சிக் காற்று வாங்கி வெளித் திண்ணையில் உட்கார்ந்திருந்தபோது, டீச்சருக்கு உறக்கம் வந்தது. அவருடைய மனசிற்குள் நிரம்ப மகிழ்ச்சி. ஒரு குளியல் இவ்வளவு இன்பத்தைத் தருமென்றால், தினம் மூன்று முறை குளிப்பதற்குத் தயார். பகல் மயங்கி மாலை நெருங்கியபோது டீச்சரின் மனது சுருங்கியது. இருளுடன் பயமும் அவருடைய மனசிற்குள் நுழைந்தது. முன் திண்ணையிலுள்ள வெளிச்சம் கேட்டுக்கு மேல் விழுந்தபோதிலும் அதன் ஒரு பக்கம் கறுப்பாகவே தெரிந்தது. அந்த இருட்டில் ஏதோ பதுங்கி இருப்பதாக அவர் சந்தேகப்பட்டார். இடையே அது அசைவதாகவும் சரளா டீச்சருக்குத் தோன்றியது. டீச்சருடைய தொண்டை வறண்டது.

உமிழ்நீரை உள்ளிறக்கிக் கொண்டு அவர் வெளியிலுள்ள விளக்கை அணைத்துவிட்டு வாசலை அடைத்து தாழ்ப்பாள் போட்டார். படுக்கையில் போய் உட்காரும்போது அவர் மூச்சு வாங்கிக்கொண்டிருந்தார்.

உறங்காமல் மகனிடமிருந்து வரும் தொலைபேசியை எதிர்பார்த்துக் கொண்டிருந்தார். எல்லா சனிக்கிழமையும் பிரபாகரன் கூப்பிடுவதுண்டு. பதினொரு மணிக்குப் பிறகுதான் அவனுடைய போன் வரும். அந்நேரம் எஸ்.டி.டி. சார்ஜ் ரொம்பவும் குறைவாக இருக்கும். பெரிய படிப்பும் அறிவும் இருந்தாலும் பிரபாகரன் பெரிய கஞ்சன்; பணம் செலவு செய்வதற்குள்ளதல்ல, சேமிப்பதற்கானதென்பது அவனுடைய தத்துவம்.

பதினொன்று ஐந்துக்கு போன் மணி அடித்தது.

"நீ உடன் வரணும்."

முன்னுரை ஏதுமில்லாமல் சரளா டீச்சர் சொன்னார்.

"நான் இங்கு வந்து மூணு மாசம்கூட ஆகவில்லையே அம்மா."

"எனக்கு உன்னை பாக்கணும்."

"எனக்கு லீவு இல்லம்மா."

ஒரு நிமிட மவுனத்திற்குப் பின் டீச்சர் மெல்லச் சொன்னார்.

"நீ சீக்கிரம் வா. எனக்குப் பயமா இருக்கு, பிரபாகரா."

"அம்மாவுக்குப் பயமா? தெய்வத்திற்குக்கூட பயப்படாமல் இவ்வளவு காலம் வாழ்ந்த அம்மாவுக்கு, யாரைப் பார்த்துப் பயம்? எதைப் பார்த்து பயம்?"

சரளா டீச்சர் ஒரு நிமிடம் ஏதும் உரையாடவில்லை. கேட்டிலும் ஜன்னல் பக்கமும் வந்து நின்று பார்க்கின்ற உருவம், எப்போது அது வீட்டிற்குள் நுழையும் என்று தெரியவில்லை. மகனே, எப்படி நான் உனக்கு அதைச் சொல்லி விளக்குவது?

"அம்மாவின் மனசில் சும்மா தோன்றுவதுதான் அது."

எல்லாம் கேட்டுவிட்டு பிரபாகரன் சொன்னான்.

"எனக்கு சில விஷயம் உன்னிடம் சொல்லணும். இவ்வளவு காலமாக நான் மனசில் கொண்டு நடந்தது. இனி அதைச் சொல்லாமலிருக்க முடியாது."

"விமான கூலிக்குப் பத்தாயிரம் ரூபா செலவாக்க வேண்டாமா அம்மா? அது வேணுமா?"

"உனக்குச் சிரமமானால் காசு நான் தாரேன். எப்படியும் நீ வந்தாக வேண்டும்."

பள்ளிக்கூடத்திலிருந்து ஓய்வுபெறும்போது கிராஜுட்டி, பிராவிடண்ட் பண்டு முதலிய வகையில் கிடைத்த தொகை முழுவதும் பாங்கில் கிடக்கிறது. அந்தப் பணத்தைக் கொண்டு இனி எந்தப் பயனுமில்லை. மனம் சொல்லுகிறது.

அடுத்த வாரமே பிரபாகரன் சொந்தப் பணச் செலவில் விமானத்தில் வந்தான். அவன் ரொம்பவும் மெலிந்துவிட்டான்.

          தோப்பில் முஹம்மது மீரான்

சிக்கனம் காரணம், சில வேளை ஒழுங்காக உணவு அருந்தியிருக்க மாட்டான். சரளா டீச்சர் எண்ணினார்.

"அம்மாவுக்கு என்னிடம் என்ன சொல்லணும்?"

குளித்துவிட்டு ஒரு வெள்ளை வேட்டி கட்டி, இளக்கமான ஒரு சட்டையும் போட்டுக்கொண்டு, பிரபாகரன் அம்மாவின் முன் வந்தான்.

"அம்மா பயப்படுவது எதைப் பாத்து?"

"உன்னைப் பாத்தபோதே என் பயம் போச்சு."

"எனக்கு எப்பவும் அம்மாவின் பக்கத்தில் வந்து உட்கார்ந்திருக்க முடியுமா? ஆபீஸுக்குப் போக வேண்டாமா?"

சரளா டீச்சர் மவுனமாக மகன் முகத்தையே பார்த்துக் கொண்டிருந்தார். அதே முகம்; அதே அகலமான நெற்றி; பெரிய மூக்கு. குழந்தையாக இருக்கையில் எந்த சாயலும் தெரியவில்லை. வயது கூடும்போது அதே சாயல் காணப்படுகிறது.

"ஏன் அம்மா இப்படி பாக்கறீங்க? என்னை முதல் தடவையா பாக்கறீங்க?" சரளா டீச்சரிடமிருந்து ஒரு பெருமூச்சு வந்தது.

உடனே பார்க்க வேண்டுமென்று சொன்னது; விமானத்தில் வர கட்டாயப்படுத்தியது; வந்த பிறகு, ஒரு ரசிப்பில்லாத பார்வையும்; பெருமூச்சும். பிரபாகரன் நிம்மதியிழந்தவனானான்; உள்ளே சென்று ஒரு சிகரெட் எடுத்து பற்ற வைத்துவிட்டுத் திரும்பி வந்தான்.

"இதுக்கு மட்டும் உனக்குக் கஞ்சத்தனம் இல்லை."

"அம்மாவைப் பார்த்த மகிழ்ச்சியில் சிகரெட் குடிக்கிறேன்."

அம்மாவின் முகத்தில் படாமலிருக்க முகம் திருப்பி அவன் சிகரெட் புகையைத் தொலைவில் ஊதிவிட்டான்.

இரவு உணவு மேஜைக்கு முன்னால் உட்காரும்போது, அம்மா என்னவோ சொல்ல சிரமப்படுவதாக பிரபாகரனுக்குத் தோன்றியது. கையில் எடுத்த சோற்று உருண்டையைத் திருப்பி பாத்திரத்தில் போட்டுவிட்டுக் கேட்டான். "என்னம்மா, எங்கிட்ட என்ன சொல்ல வேண்டும்?"

"நீ தெரிய விரும்பியது."

"என் அப்பா யாரென்றா? எனக்கு இனி தெரிய கொஞ் சமும் ஆசை இல்லை. அம்மா வருத்தப்பட வேண்டாம். இனி அதைப் பற்றி ஒருபோதும் பேசமாட்டேன்."

பிரபாகரன் தலைகுனிந்து சோற்றை அள்ளித் தின்றான். பள்ளியில் படிக்கும்போது அப்பா பெயர் தெரியாத ஒரே மாணவன். சுடு சொல்லும் அவமானப் பேச்சுக்களும் கேட்டு தாங்கிக்கொள்ள வேண்டியிருந்தது. மனக் கட்டுப்பாடு இழந்துவிட்ட சமயங்களில் பல மாணவர்களையும் தாக்கி, மூக்கிலிருந்தும் வாயிலிருந்தும் இரத்தம் வரவழைத்ததுண்டு. அதற்காக ஆசிரியர்களிடமிருந்து அடி வாங்கவும் பெஞ்சு மீது ஏறி நிற்கவும் நேர்ந்ததுண்டு. ஒருமுறை பள்ளியிலிருந்து வெளியேற்றினார்கள். அன்று கே.கே.என். தலையிட்டதால், மீண்டும் வகுப்பிற்குச் செல்ல முடிந்தது.

"தோழர் சொன்னதினால்தான், இவனை மீண்டும் வகுப்பில் சேர்த்துக்கொண்டோம்."

தலைமை ஆசிரியர் சொன்னார். கே.கே.என். தோளில் கிடந்த துண்டை எடுத்து முகம் அழுத்தித் துடைத்துவிட்டு, எங்கும் பார்க்காமல் தலைகுனிந்து நடந்து சென்றார்.

இனி எதற்காக அதையெல்லாம் நினைத்துப் பார்க்க வேண்டும்? "வேண்டாம். எனக்கு எதுவும் தெரிய வேண்டாம். இதைச் சொல்லத்தான் என்னை வரவழைத்தது என்றால், நான் உடனே திரும்பிப் போகிறேன்."

பிரபாகரன் கையை உதறிக்கொண்டு உணவு மேஜையிலிருந்து எழும்ப முயன்றான்.

"சொல்ல விருப்பமில்லாததினால் அல்ல; சில விசயங்களை அவரவர் மனங்களில் பாதுகாப்பதுதான் நல்லது என்று எண்ணினேன்."

"இவ்வளவு காலம் பாதுகாத்திங்கல்லவா? இனி அது அம்மாவின் மனசிற்குள்ளேயே இருக்கட்டும். எனக்கு வருத்தமில்லை."

"கோபப்படாதப்பா."

"எனக்கு என் மீது மட்டுமே கோபம் வரும்."

அவர்களுக்கிடையில் மீண்டும் மௌனம் வளர்ந்தது. அம்மாவும் மகனும் உரையாடாமல் நிசப்தமாக சாப்பிட்டனர்.

உணவு அருந்திய பின், அவர்கள் வெளித்திண்ணையில் வந்து உட்கார்ந்திருந்தனர். மேலே, தொலைவில் நிலவைக் கண்டபோது சரளா டீச்சர் மனசு துடியாய்த் துடித்தது. அவர் வானத்தைப் பார்க்காமல் திரும்பி உட்கார்ந்தார்.

   தோப்பில் முஹம்மது மீரான்

பிரபாகரன் தொடர்ந்து சிகரெட் பிடித்துக் கொண்டிருந்தான். சரளா டீச்சர் எதுவும் பேசவில்லை. தன் காரணமாகவல்லவா, அவன் இப்படி சிகரெட் குடித்து உடலைக் கெடுத்துக் கொண்டிருக்கிறான்.

"நாளை நமக்கு ஓரிடம்வரை போகணும்."

"எங்க வேண்டுமானாலும் போகலாம்."

"எங்கே போறோமென்று உனக்குத் தெரிய வேண்டாமா?"

"என் அப்பாவின் அருகில் இல்லாமல் வேறு எங்கே?"

"ஆமா உன் அப்பாவிடம் தான், ஆனால் . . ."

"அப்பா உயிருடன் இல்லை அல்லவா?"

"எல்லாம் தெரிந்த மாதிரியல்லவா நீ பேசுகிறாய். எல்லாமே?"

"நீ சீக்கிரம் எந்திரிப்பியா? அப்படியானா ஏழரைக்குள்ள வண்டிக்குப் போகலாம். மதியத்துக்கு முன் காஞ்சங்காட்டுக்குச் செல்லலாம். அங்கிருந்து ரொம்ப தூரம் இல்லை. ரயிலில் போறதுதான் எனக்கு விருப்பம்."

"வேண்டாம்" அவன் சொன்னான். "காரில் போவோம்."

"அப்பாவை வாழ்க்கையில் முதல் முறையாகப் பார்க்கப் போறதல்லவா? காரிலேயே போவோம்."

இருந்தும், பிரபாகரனுக்குக் கொஞ்சமும் உற்சாகம் தோன்றவில்லை. முன்பு உற்சாகத்தில் துள்ளிக் குதித்திருக்க மாட்டானா? இப்போது ஏனோ எல்லாம் மரத்துப் போன ஓர் அனுபவம் அவனுக்கு. உண்மையில் அப்பாவை அவன் அப்படியே மறந்துவிட்டான். ஒருபோதும் பார்த்திராத பெயர் கூடத் தெரியாத ஒருவரை மறந்துவிடுவது எளிது.

சரளா டீச்சர் ஓட்டுனர்க்கு வழி காண்பித்தார். ஓடிக்கொண்டிருக்கையில் வழிகள் எதையும் பிரபாகரன் கவனிக்கவில்லை. சிகரெட் குடித்துக்கொண்டு எதுவும் பேசாமல் அவன் சும்மா வெளியே பார்த்தபடி காரில் சாய்ந்து உட்கார்ந்துகொண்டான். சற்று தூரம் சென்றதும் அவன் அப்படியே உறங்கிவிட்டான்.

"திரும்பி வரும்போது, நமக்கு 'பறச்சினிக் கடவு' வழி வரலாம். முத்தப்பனைக் கும்பிடலாம்."

சரளா டீச்சர் உறங்கிக் கொண்டிருக்கும் பிரபாகரனின் முகத்தைப் பார்த்தார். பெருமூச்சு விட்டார்.

காஞ்சங்காடு கடந்த பிறகு, டிரைவருக்குக் வழி திட்டமாகத் தெரியவில்லை. பிரதான தடத்தைவிட்டு, வேறு பாதை வழியாக கார் ஓடிக்கொண்டிருக்கிறது. ஆனால், அந்தப் பகுதியிலுள்ள வழிகள் முழுதும் தனது உள்ளங்கை ரேகை போன்று மனப்பாடம் என்று டீச்சருக்குத் தோன்றியது.

டீச்சர் டிரைவருக்கு வழி காண்பித்தார். வழி சொல்லியே டீச்சர் டிரைவருடைய டிரைவரானார்.

"எப்பா, உறங்கினது போதும், இடம் வந்துவிட்டது."

பிரபாகரன் கண் திறந்து வெளியே பார்த்தான். இரு பக்கங்களிலும் வயற்காடுகள். வயற்காடுகளுக்கு ஊடாக ஆங்காங்கே இடை இடையே கடைகள்.

கட்டிடங்களை நெருங்கியதும், சரளா டீச்சர் டிரைவரிடம் காரை நிறுத்தச் சொன்னார்.

அது ஒரு சிறு திடல். திடலில் ஒரு பகுதியில் உடைந்த சிமெண்ட் பெஞ்சுகள் கிடந்தன. ஒரு பெஞ்சில் வேட்டிக்குள்ளே அணிந்திருந்த டிராயர் வெளியே தெரியும்படி கறுப்பான ஒருவர் படுத்து உறங்கிக்கொண்டிருந்தார். அவர் ஒரு குடிகாரன் என்பது முதல் பார்வையிலேயே தெரியும்.

திடலில் மேற்குப் பகுதியில்தான் அந்த சிலை.

பிரபாகரன் ஒரு சின்னக் குழந்தை என்று எண்ணியவாறு சரளா டீச்சர் அவனுடைய கையைப் பிடித்துக் கொண்டு வந்து சிலைக்கு முன் நிப்பாட்டினார்.

தோழர் குஞ்சுகிருஷ்ணன் நம்பியார். கே.கே.என்.

பிறப்பு 4.5.1917   இறப்பு 26.3.1981

அகலமான நெற்றி. கடைந்தெடுத்த மூக்கு. தோளில் துண்டு.

கொஞ்ச நேரம் அவர்கள் இருவரும் மவுனமாக நின்றனர்.

"தப்பு என் மீதுதான். நான்தான் மோகமூட்டினேன். தலை மறைவாக வாழ்பவர் என்று நினைக்கவில்லை."

 தோப்பில் முஹம்மது மீரான்

ஓம்சக்தி, ஜூலை 2004

மதவெறியன்

சிஹாபுத்தீன் பொய்த்துங்கடவு

எல்லோரும் ஒப்புக்கொள்வார்கள், பைத்தியக்காரர்களுக்கு மதமில்லை. காலம், தேசம், இவற்றைப் பற்றிய சண்டைகளும் அவர்களைப் பாதிப்பதில்லை. நகரத்தில் புதிதாய் வந்த பைத்தியக்காரனுக்கு மதம் இல்லாததாலே அவனுக்கு ஒரு பேரும் இருக்கவில்லை. ஏதோ ஒரு சிறு கூட்டம் மக்கள் அழுக்கடைந்து வீச்சமடித்த அவனுடைய உடைகளை கிழித்தெறிந்து தாடி உரோமங்களை வடிவாக வெட்டி, பொதுக் குழாயடி யில் அவனைப் பலமாகப் பிடித்துக் குனியச் செய்து குளிப்பாட்டி, அகாலத்தில் இறந்துவிட்ட ஏதோ ஒரு இளைஞனுடைய அதிகம் உபயோகப்படுத்தாத உடைகளை அணிவித்தனர். மனிதாபிமானத்தில் பெரும் நம்பிக்கையுடையவர்கள் மட்டுமல்ல, அந்த சிறு கும்பல் மானிகளாகவுமிருந்தனர். அதனால் ஏதோ நெடுந்தூர பஸ்ஸில் அவனை ஏற்றி விட்டிருக்கலாம். கடைசி ஸ்டாப்பில் நிப்பாட்டிய பஸ்ஸில், இருட்டில் தளர்ந்து உறங்கிவிட்ட அவனை டிரைவரும் கண்டக்டரும் நீண்ட நேர வாக்குவாதத்திற்குப் பின் இழுத்து வெளியே போட்டிருக்கலாம்.

விசயம் என்னவானாலும் தான் வந்து சேர்ந்திருப்பது முற்றிலும் பரிச்சயமில்லாத அந்த நகரத்திலானாலும் அவன் நல்ல பரிச்சய மானவனைப்போல் நடந்துகொண்டான். பைத்தியம் ஒரு மூட நம்பிக்கையாகும். எல்லாம் தெரியுமென்று

எண்ணுகின்ற மகிழ்ச்சியான ஒரு வகை அறிவீனம் அதற்குள் உண்டு. பல மைலுகளுக்கு இப்புறம் வெளியேற்றிவிடப்பட்டும் அவன் தன்னுடைய பைத்தியத்தின் உடைந்து சிதறிய வாஸ்துவில் தனக்கேயான அறைகளும் உணவு மேஜைகளும் சிந்தனை அறைகளும் உருவாக்கினான். எதார்த்தத்தின்மீது அவனுடைய எதார்த்தம் என்கிற இடம் காலம் எந்த பளுவான பொருட்களையும் பளுவற்றதாக்கியது. தன்னுடைய சட்டை ஜேப்பில் அடக்கக்கூடியதுதான். அவனுக்கு ஒரு வீடு. ஒரு அடுக்குமாடி கட்டிடம். ஏன் ஒரு பெரிய நகரத்தைக்கூட. ஆனால் பசி அப்படிப்பட்டதல்ல. பைத்தியத்தைக்கூட கடித்துக் குதறிவிடுமது. ஒரு நாயைப்போல் முகர்ந்து அவன் நகரத்தின் முக்கு மூலைகளில் ஆவேசமாக அலைந்து திரிந்தான்.

உணவுக்கான தேடல் அவனை இழுத்துச் சென்றது. wifi உட்பட பல அதிநவீன அமைப்புகளும் சமீபத்தில் இன்ஸ்டால் செய்து, மத்திய அமைச்சர்களும் பரிவாரங்களும் வந்து திறந்தவைத்த அந்த அடுக்கு மாடிக் கட்டிடத்தின் அருகாமையில், சாட்லைட்டிலிருந்து நேரடியாக இரைகளைப் பிடிக்கின்ற அந்த கட்டடத்தின் அருகாமையில், கை தவறுதலாக வைத்ததுபோல் ஒரு குப்பைத்தொட்டி அங்கு இருந்தது. குப்பைத் தொட்டி விசயத்தில் நாம் அவ்வளவு நவீனமயமாக்கப்படவில்லை. அது எவ்வளவு நல்ல காரியம்! சீனியர் டெலிகாம் ஊழியரான சாரங்கபாணி, மனைவி வாழை இலையில் பொட்டலம் கட்டிக்கொடுத்த மதிய உணவை, கட்டு பிரிக்காமல் குப்பைத் தொட்டியில் கொண்டு போட்டார். சாரங்கபாணியின் பெரும் வயிற்றுக் குழப்பம் பைத்தியக்காரனுக்கு ஒரு மதிய உணவாக மாறியது. பெரும் மகிழ்ச்சியுடன் அவன் அதை எடுத்துக்கொண்டு நடந்து நகரத்தின் இடைவழியில் சென்று குழாயடியில் நின்று அள்ளி திங்கவும் செய்தான். ஏன், தெளிவுடைய ஒருவரைப்போல் ஒன்றிரண்டு முறை ஏப்பமும் விட்டான்.

அடுத்து சிவில் ஸ்டேஷனில் புதுசாக வேலைக்குச் சேர்ந்த எல்.டி. கிளார்க் சுரேஷ்குமார் கே.கே., மதியத்திற்குப் பின் ஏப்பம் போட்டுவிட்டு மெல்ல நழுவிச் சென்றுவிட்டார். நகரத்திலுள்ள ஒரு தியேட்டரில் ஒரு நீலச் சித்திரம் பார்ப்பதற்கு வேகமாக நடந்தார். ஒரு சிகரெட் எடுத்து பற்ற வைப்பதற்கிடையில் வேறு ஒன்று கீழே விழுந்தது. பைத்தியக்காரனுக்கு அன்றைய தினம் குஷிதான். விலை உயர்ந்த அந்த சிகரெட் எடுத்து உதட்டில் வைத்து எதிரில் வந்த வி.எம். பாலகிருஷ்ண(நகரத்தில் சீட்டு கம்பெனியின் ரிஸீவர்)னிடமிருந்து நெருப்பு வாங்கி சிகரெட்டைப் பற்ற வைத்துக்கொண்டு, ஒரு ஜுவல்லரிக்கடை

                                   தோப்பில் முஹம்மது மீரான்

விளம்பரம் செய்திருந்த சுவரில் சாய்ந்து புகைவிட்டு ரசிக்கையில், பைத்தியக்காரனைக் கூட நடுங்கச் செய்யும் ஏதோ வெடிக்கும் ஒலசை கேட்டது. உடனே நகரத்தின் பரபரப்பை அடக்கிக்கொண்டு நூற்றுக்கணக்கில் போலீஸ்காரர்களும் ஜீப்பும் ஆம்புலன்ஸ°ம் ஃபயர் சர்வீஸ் வாகனங்களும் டி.வி. சேனலின் ஓ.பி. வேன்களும் அங்குமிங்கும் ஓடின. ஏதும் புரியாமல் ஜனம் அதிர்ந்து நிற்கையில், சிவிலியன்களுக்கான எச்சரிக்கைகளும் அறிவுரைகளும் நிறைந்த அறிவிப்புக்கள் முழங்கின.

சி.ஆர்.பி. ரூல் 144இன்படி நகரத்தில் கூட்டம் கூடி நிற்கவோ, கோஷங்கள் முழங்கவோ, பொதுக்கூட்டங்கள் நடத்தவோ தடை செய்யப்பட்டிருக்கிறது. ஆட்கள் இல்லாத சூட்கேஸ்கள், பெட்டிகள், ரேடியோ, டி.வி., கம்ப்யூட்டர், மொபைல் போன்கள் முதலியவற்றைப் பார்த்தால் எடுக்கக்கூடாது. உடன் காவல் கட்டுப்பாட்டு அறைக்குக் கூப்பிட்டுச் சொல்ல வேண்டும். யாராவது வித்தியாசமானவராக காணப்பட்டாலோ சந்தேகத்திற்குரிய முறையில் நடந்துகொண்டாலோ உடனே கட்டுப்பாட்டு அறைக்குத் தகவல் தர வேண்டுமென்று காவல்துறை கேட்டுக்கொள்கிறது. பொது மக்களின் தனி கவனத்திற்கு சி.ஆர்.பி. ரூல் 144இன்படி நகரத்தில் கூட்டம் கூடி நிற்கவோ—

நகரத்தில் பல இடங்களில் சக்திவாய்ந்த குண்டுகள் வெடித்ததாக நிமிடங்களுக்குள் செய்தி பரவியது. மக்கள் பயந்து நாலாப்பக்கமும் பாய்ந்து ஓடினர்.

கடைசிப் புகையும் ஊதிவிட்டுக்கொண்டு சிறு சிரிப்புடன் பைத்தியக்காரன் எல்லாம் கேட்டுக்கொண்டிருந்தான். அவன் தனக்குள்ளே சொல்லிக்கொண்டான், இப்படியும் உண்டுமா ஒரு பைத்தியம்.

D.I.G. கே.எம். குருவிள, ஸ்பெஷல் பிரிவிலுள்ள ஜயராஜ், ஸ்பெஷல் இன்வெஸ்டிகேட்டிவ் என்.எஸ்.சாமி, க்ரைம் பிராஞ்சு எஸ்.பி. நாசிமுத்தீன், சிட்டி கமிஷனர் ஜகஜித், ஆன்டி டெரரிஸ்ட் பிரிவில் விஜயன், ஹோம் ஸ்பெஷல் செக்ரட்டரி வினுலால், ஃபாரன்ஸிக் பிரிவின் மேலதிகாரி டாக்டர் மாத்யூ உலகத்தில் முதலியோரின் சிறப்பு ஆலோசனைக் கூட்டம் நடந்தது. இரகசிய வாடை நிறைந்த அந்த அறையில், ஸ்பெஷல் விங்கிலுள்ள முக்கிய அதிகாரியான என்.எஸ். சாமி ரொம்பவும் பொறுமை இழந்து காணப்பட்டார். ஐந்து நிமிடத்திற்கு ஒருமுறை தில்லி ஹோம் டிப்பார்ட்மென்டிலிருந்து அழைத்துக் கொண்டேயிருந்தனர் — *It must be Reported within 24 hours.*

இவ்வளவு திட்டமிட்டப்படி நடந்த குண்டுவெடிப்புக்குப் பின்னணியில் யார்? அவர்களுடைய நோக்கம் எதுவாக இருந்தது? குண்டு வெடிப்பின் தன்மை, முன்பு வெடித்தவற்றின் கேஸ் டைரி எல்லாம் நிமிடங்களுக்குள் ஒப்படைக்கப்பட்டன. காலை ஏழு மணிக்குத் துவங்கிய சர்ச்சை மணி இரண்டரையைக் கடந்த பிறகும் ஒரு முடிவுக்கும் வரவில்லை. மதிய உணவுக்குப் பின்பு பார்க்கலாம் என்று சொல்லி எழும்பும் நேரம் ஒரு அவசரச் செய்தி சிட்டி கமிஷனருக்கு வந்தது. எல்லாம் சல்லடையிட்டுப் பார்த்ததிலிருந்து விடுபட்டுப்போன ஒன்றே ஒன்று புதுசாகத் துவங்கிய wifi டெலிகாம் கட்டடக் கூட்டத்தில் வைத்திருந்த ரகசிய கேமராவில் நிகழ்வின் சுருள் அவிழ்க்கக்கூடிய ஒரு ரகசியம். பானிங் ஷாட். சிறிய ஒரு காட்சி. அதிகபட்சம் நான்கு செகண்டு, நகரத்தின் பல இடங்களில் வெடித்த 14 குண்டுகளில் ஒன்று டெலிகாம் கார்னரிலாகும். குப்பைத் தொட்டியிலிருந்து வெடித்ததென்று ஃபாரன்ஸிக் பிரிவு அடையாளம் தெரிந்துவிட்டது. கழுத்திற்கு பயிற்சி எடுக்கும் ஒருவரைப் போல் அசையும் இரகசிய கேமராவில் மிகவும் சாதாரணமானதென்று தோன்றும் ஒரு ஷாட். ஆனால் மிகவும் முக்கியத்துவம் வாய்ந்தது அது. கெட்ட நேரம். விளக்கமாக இல்லை, சுழலும் நிலையில் ரிவால்வின் பொஷிஷனில்.

அந்த நேரம் *Flash drive*இல் டிரான்ஸ்பர் செய்த ஒரு விஷுவல் பீஸுடன் சி.ஐ. மோகன் பாய்ந்து வந்தார்.

குண்டு வெடிப்பு தொடர்பான விசாரணைக்கு நகரத்தில் எங்கும் 400க்கும் மேற்பட்ட போலீஸ் அதிகாரிகளை இரகசிய மாகவும் வெளிப்படையாகவும் நகரத்தில் பரவவிட்டிருந்தனர். அதில் ஒருவர்தான் சி.ஐ. மோகன். *Flash drive*யை கமிஷனரிடம் கொடுத்துவிட்டு மோகன் சல்யூட் அடித்துப் பின்வாங்கினார்.

ஏற்கெனவே தயார் செய்து வைத்திருந்த திரை தெளிவானது. சந்தேகத்திற்குரிய நான்கு செகண்டுகள். விளக்கமாக இல்லை. டெலிகாம் கார்னரிலுள்ள குப்பைத் தொட்டியில் தாடி வைத்த ஒருவர் ஒரு பொட்டலம் கொண்டு போடுகிறாரா? வெளியே எடுக்கின்றாரா? அந்தக் காட்சியைப் பலமுறை 'ரீப்ளே' செய்து பார்த்தனர். ஒரு தெளிவில்லை. ஸ்பெஷல் பிரிவிலுள்ள என்.எஸ். சாமி கத்தினார். "இது அவனேதான்! லஷ்கர் பயங்கரவாதி! ஒரு தடவை ஸ்லோமோஷனில் ப்ளே செய். குப்பைத் தொட்டியிலிருந்து பொட்டலம் வெளியே எடுக்கின்றானா, உள்ளே வைக்கின்றானா?" பலமுறை ப்ளே செய்து பார்த்தபோதும் இரண்டு இடங்களில் தடைப்பட்டு நின்றது. முதல் பகுதி கையில் ஒரு பொட்டலம். இரண்டாம்

   தோப்பில் முஹம்மது மீரான்

பகுதி – உரிய வேலையை செய்து முடிப்பதற்கிடையில் திரும்பி சந்தேகத்துடன் ஆட்களை நோட்டம் போடுவது.

"பொட்டலத்தை எடுக்கின்றான் அல்லவா, சார்" என்ற ஆன்டி டெரரிஸ்ட் பிரிவிலுள்ள விஜயனின் சந்தேகத்தை கடுமையான ஒரு பார்வையால் என்.எஸ். சாமி மவுனமாக்கிவிட்டார்.

"தெளிவற்ற அவ்வகையான சூழ்நிலைத் தெளிவுகளல்ல நாம் ரிலீஸ் செய்ய வேண்டியது. பாடி லாங்குவேஜ்?"

டி.ஐ.ஜி. குருவின் மேஜை மீது அடித்து அதை ஆமோதித்தார்.

"யெஸ்! பாடி லாங்குவேஜ்! பொட்டலத்தை குப்பைத் தொட்டியில் போடவோ எடுக்கவோ செய்யக் கூடிய ஒருவன் எதற்காக பயந்தவாறு முகத்தைத் திருப்பி சந்தேகத்துடன் நோட்டம் போட வேண்டும்? அந்த சீன் ஒருமுறை கூட போட்டுக் காட்டுங்கள்."

க்ளோசப்பில் வந்து தாடிக்காரன் நின்றான். இன்டலிஜன்ஸ் பிரிவிலுள்ள ஜயராஜ் நினைவூட்டினார்.

"சார் டைம்கோடு பாருங்கள்."

துல்லியமாக 1.50க்கு வெடித்தது. 1.17க்கு பொட்டலம் அதாவது வெடி பொருள் பிரதி கொண்டு வைக்கின்றான். பாதுகாப்பான ஒரு இடத்திற்கு ஓடிச்செல்ல அவனுக்கு ஒரு மினிட் போதும். எல்லாம் இயல்புதான். கொல்லப்பட்டவர்களில், கொல்லப்பட்ட சிவில் ஸ்டேஷன் எல்.டி. கிளார்க் சுரேஷ்குமார் கே.கே.யின் விஷயத்தில் மட்டும் சிறு சந்தேகம். மதியத்திற்குப் பின் அவர் ஆபீஸில் இருக்கவில்லை என்று சொல்லப்படுகிறது. நகரத்தில் சினிமா பார்க்கப் போனதாகவும் ரிப்போர்ட் உண்டு.

"அந்த தாடிக்காரனை கூட ஒரு தடவை க்ளோசப்பில் காட்டுங்கள். திரும்பிப் பார்க்கும் காட்சி" – என்.எஸ். சாமி சொன்னார்.

"பீச்சேன்சில் கொஞ்சம் காஷ்மீர் லுக் தெரியுதல்லவா சார்? போதாததற்கு தாடியும்."

"விட்டுவிட முடியாது. உடனே இவனைப் பிடிக்க வேண்டும்." செய்தி மின்னல் வேகத்தில் நகரத்திலும் வெளியேயும் பரவின. புகைப்படமும்.

நான்கு மணி நேரத்தில் க்ரைம் பிரிவு எஸ்.பி. நாசிமுத்தீனுக்கு ஒரு மெஸ்ஸேஜ் கிடைத்தது. "ஆசாமியைத் தூக்கிவிட்டோம் சார். ஆனால் ஒரு அபத்தம் நடந்துவிட்டது."

"என்ன அபத்தம்?"

"சானல்காரர்கள் எப்படியோ மோப்பம் பிடித்துத் தெரிந்து கொண்டனர். பிரேக்கிங் செய்தியும், ஸ்க்ரோலிங்ஸ்ᵈம் ஓ.பி. வேன்களும் எல்லாம் சேர்ந்து 'பூரம்' உற்சவத்தின் தோற்றம்."

நாசிமுத்தீனுக்கு கோபம் பொத்தது. டிப்பார்ட்மெண்டுக்கு உள்ளே ஒற்றர்கள் இருக்கின்றனர். இடியட்! இனி இதை வைத்து அவர்கள் என்ன என்ன புரளியைக் கிளப்பி விடுவார்களோ, பொறுத்திருந்து பார்க்க வேண்டும்.

ஆலோசனைக் கூட்டம் முடியும் முன் டி.ஐ.ஜி. குருவிள சொன்னார்:

"இந்த வழக்கில் முக்கிய குற்றவாளி அவன். துப்புத் துலங்குவதற்கு மிகவும் இரகசியமான ஒரு இடம் வேண்டும்."

அனைத்தும் நிமிடங்களுக்குள் தயார் செய்யப்பட்டன.

துப்புத் துலங்கும் குழுவில் முக்கியமாக ஆறு அதிகாரிகள் இருந்தனர்.

சிட்டி கமிஷனர் ஜகஜித், என்.எஸ். சாமி, ஆன்டி டெரரிஸ்ட் பிரிவிலுள்ள விஜயன், வினுலால், ஃபாரன்சிக்கிலுள்ள டாக்டர் மாத்யூ உலகத்தில், இவர்களைத் தவிர புதியதாக ஒருவரும் இடம்பெற்றிருந்தார். கிரிமினல் சைக்காலஜிஸ்ட் டாக்டர் கோசி. பிரதியை அடித்து உதைக்கக் கூடாதென்று தனியாக அறிவுரை செய்துவிட்டு டி.ஐ.ஜி. குருவிள வேறு அலுவலக வேலையில் ஈடுபட்டார்.

ஒரு ஐந்து நட்சத்திர ஹோட்டலிலுள்ள காஃபி ஹவுஸ் போன்று தனியாக தயார்படுத்திய அறைக்குத் தாடிக்காரனை அழைத்து வந்தபோது எல்லோரும் எழும்பி நின்றனர். அங்கு இருந்த அதிகாரிகளில் கமிஷனர் ஜகஜித் ஒருவர்தான் போலீஸ் உடை அணிந்திருந்தார். கமிஷனரைப் பார்த்ததும் உற்சாக மிகுதியால் பைத்தியக்காரன் ஒரு சல்யூட் அடித்தான். பிரதியின் உயரிய நிலையை நினைத்து தெரியாமல் ஜகஜித் திருப்பி விஷ் செய்துவிட்டார்.

என்.எஸ். சாமி எழும்பி பிரதியை மரியாதையுடன் வரவேற்றார்.

"ப்ளீஸ் கமான்..."

ஒரு நிமிடம் சும்மா அந்த இடத்தைப் பார்த்து தாடி தடவிக்கொண்டு வெட்கம் கலந்த சிறு சிரிப்புடன் நின்ற பிரதியிடத்தில் என்.எஸ். சாமி ஒரு குஷன் நாற்காலியைக் காட்டி உட்கார சைகை காட்டினார்.

கொஞ்சம் தயங்கியபடி உட்கார்ந்திருந்த பிரதியின் மனம் சாயா கப்பில் நிரப்பி டிரே கையிலேந்தி வரும் புது மணப்பெண்ணை எதிர்நோக்கினான். இப்போது அவன் பெண் பார்க்க வந்திருக்கிறான்.

"பெயர் சொல்லவில்லையே..."

ஆன்டி டெரரிஸ்ட் பிரிவிலுள்ள விஜயன் கேட்டார். "சாரி. பெயர் சொல்ல மறந்துட்டேன். நான் கில்ஜி. அலாவுத்தீன் கில்ஜி."

"தங்கள் அமைப்பில் கூப்பிடும் பெயராயிருக்கலாம்."

"யெஸ்."

"கேரளாவில் வீடு எங்கே?"

பிரதி திருப்பிக் கேட்டான் – "சாயா எங்கே?"

கமிஷனர் ஜகஜித் இன்டர்காமில் சாயா கொண்டுவரச் சொன்னார்.

"சாப்பிட என்ன வேண்டும்?"

"சோறு கிடைக்குமா?"

க்ரிமினல் சைக்காலஜிஸ்ட் டாக்டர் கோசி, என்.எஸ். சாமியைப் பார்த்தார்.

நினைத்ததை விடவும் பயங்கர கில்லாடி. உன்னால் என்னைக் கொண்டு ஒரு சுக்கும் சொல்ல வைக்க முடியாதென்ற ஒரு அலட்சிய பாவனை.

"கில்ஜிக்கு கேரளாவில் எந்த இடம்?"

"பெரும்பாலும் வெளியில். அவுட் ஆஃப் ஸ்டேட்."

"காஷ்மீர்?"

"யெஸ். படித்தது அங்கேதான்."

"டிரைனிங்?"

"ஆமா அதுவும் அங்கேதான்."

டாக்டர் கோசி எல்லாம் மனசில் அடையாளப்படுத்திக் கொண்டார்.

"பயங்கரப் பேர்வழி! ஒரு தரத்திலும் உடைக்க முடியாத மன உறுதி. 'மூன்றாம் முறை' பிரயோகத்தால் தான் முடியும். பிரதியின் கண்களில் காணப்படும் அலட்சியப் பார்வைதான் அவனுடைய பயங்கரத் தன்மையை காட்டுகிறது."

இடையே என்.எஸ். சாமி பொறுமையிழந்தவராக எழும்பினார். "இங்கே பார் கில்ஜி, நேற்று மதியம் முதல் நாங்கள் மூச்சுவிடவில்லை. ஒரு கண் உறங்கவில்லை. விஷயத்தை மறைக்காமல் உண்மையைச் சொல்வதுதான் நம் எல்லோருக்கும் நல்லது. முன்னுரை எதுவும் தேவை இல்லை."

"முதல் கேள்வி. வெடிக்க வேண்டிய குண்டுகள் இனி எங்கேயாவது வெடிக்காமல் கிடக்கிறதா? உண்டுமானால் எந்த எந்த இடங்களில் வெடிகுண்டுகள் அதாவது RDX?"

கில்ஜிக்கு இப்போது தோன்றுவது தான் ஒரு திரைப்படத்தில் நடிக்கிறேன் என்று. தான் அதில் ஒரு 'மாஃபியா' தலைவன். கேமரா ஸ்டார்ட் செய்தாகிவிட்டது.

"மிஸ்டர் இன்ஸ்பெக்டர்! சின்னப்பசங்களிடம் கேள்வி கேட்பதுபோல இப்படி சில்லியான கேள்விகள் கேட்கக் கூடாது. நாங்கள் மாஃபியா தலைவர்களுக்கு இதெல்லாம் வெறும் புல்லாகும். புல்லு..."

கட்டுப்படுத்த முடியாத ஒரு பயங்கரச் சிரிப்பு கில்ஜியிட மிருந்து வெளியானது.

என்.எஸ். சாமி கட்டுப்பாட்டை இழந்தார்.

"ஷட்டப்!"

எங்கும் நிசப்தம்.

உடனே சிரிப்பை நிறுத்திவிட்டு கில்ஜி 'சாரி' என்றான்.

"இவ்வளவு பலமான சிரிப்பு தேவை இல்லையானால் நமக்கு வேறு ஒரு டேக் எடுக்கலாம். எங்கே 'டச்அப்.'"

"நீ கிண்டலடிக்கிறாய், உண்மையை வரவழைக்க ஏராளம் ஏற்பாடுகள் எங்கள் டிப்பார்ட்மென்டில் உண்டென்று தெரியுமல்லவா?"

"கமான் கில்ஜி. எந்த இடங்களில் உங்கள் குழு குண்டு வைத்திருக்கிறது. நீங்கள் யார், என்ன என்பதை விடவும் கொஞ்

                    தோப்பில் முஹம்மது மீரான்

சமும் தாமதமின்றி கிடைக்க வேண்டிய பதில் அது." தவறான மலையாள உச்சரிப்பாக இருந்தது. ஜகஜித் ஐ.பி.எஸ். உடையது.

"எங்களுக்குத் தெரியும். நீங்கள் அந்தக் குழுவைச் சேர்ந்தவர் என்று. கமான், எங்கேயெல்லாம் வெடிகுண்டு வைத்திருக்கிறீர்கள்?"

கில்ஜி சொன்னான்.

"எனக்குப் பசிக்கிறது."

"சாயா குடித்தீரே."

"எனக்கு இறைச்சியும் புரோட்டாவும் வேண்டும். அதற்குப் பின் சொல்கிறேன்."

வினுலால் கமிஷனரைப் பார்த்தார், இன்டர்காமில் கை வைத்தார்.

அந்நேரம் என்.எஸ். சாமியின் மொபைல் அடித்தது.

மறுமுனையில் எஸ்.ஐ.டி.யிலுள்ள அதிகாரி.

"பத்திரிகையாளர்கள், சானல்காரர்கள் இவர்களால் பொறுமை இழந்து இருக்கிறேன். என்ன சொல்ல வேண்டும் சார்?"

"நாசமானவர்கள்! எதுவும் சொல்லும் நிலையில் இப்போதில்லை."

"அப்படிச் சொன்னால் போதாது. சார், ஹோமிலிருந்து அஸிஸ்டென்ட் செக்கரட்டரியின் உத்தரவாகும். தகவல் அறியும்..."

"முக்கியக் குற்றவாளியைத் தேடிக்கொண்டிருப்பதாக மட்டும் சொல்லுங்கள். எக்காரணத்தாலும் பத்திரிகையாளர்களுடைய கைக்கு போட்டோ போய்விட வேண்டாம்."

"கில்ஜி, உங்கள் கையில் எத்தனை மொபைல் இருக்கிறது?"

"எங்கே புரோட்டாவும் இறைச்சியும்? எனக்குப் பசிக்கிறது."

கிரிமினல் சைக்காலஜிஸ்ட் டாக்டர் கோசி, என்.எஸ். சாமியைப் பார்த்தார்.

விசாரணை செய்வதற்கு சிறு இடைவெளி விடுவதாகச் சொல்லி வெளியே கிளம்பும்போது என்.எஸ். சாமியிடம் டாக்டர் கோசி சொன்னார். "நான் நினைத்ததை விட ஆபத்தானவன், டி.ஐ.ஜி.யிடம் அனுமதி பெற்று 'மூன்றாம் முறை'க்குக் கொண்டு செல்வதுதான் நல்லது."

என்.எஸ். சாமிக்கு ஒரு மனக்குழப்பம் ஏற்பட்டது.

எங்கேயோ ஒரு அப்னார்மாலிட்டி ஃபீல் செய்கிறது. இடையே... "ஆம்... ஐ... கரக்ட்?"

டாக்டர் கோசியின் ஈகோவில் அது மோதியது. கோபத்தை உள்ளிலடக்கிக்கொண்டு அவர் சிரித்தவாறு சொன்னார்.

"சார் என்னுடைய லெட்டர் ஹெட் கவனத்தில் படவில்லை என்று தோன்றுகிறது. அமெரிக்கன் யூனிவர்சிட்டியிலிருந்துதான் என்னுடைய டாக்டரேட், சைக்காலஜியில். பைத்தியமாக நடிக்கிறான் இவன்."

அமெரிக்கன் யூனிவர்சிட்டி, டாக்டரேட் என்ற சொற்கள் என்.எஸ். சாமியை நடுங்கி விழிப்படைய வைத்தது. அவர் டாக்டர் கோசியின் கருத்தை ஏற்றுக்கொண்டார்.

"எனக்கும் அப்படித்தான் தோன்றுகிறது."

ஒரு பகல் முழுதும் நீண்ட விசாரணைக்குப் பிறகு கில்ஜி உண்மையை ஒவ்வொன்றாக ஒப்புக்கொண்டான்.

பாகிஸ்தான் தீவிரவாதிகளிடமிருந்து கிடைத்த கடினப் பயிற்சி, பாம்பு எக்ஸ்போஷனில் பார்ட்டிசிப்பேசன். பெங்களூரில் வைத்து தேசிய பாதுகாப்பு அமைச்சரை கொலை செய்வதற்கு எடுத்துக்கொண்ட முயற்சி. பாராளுமன்றத் தாக்குதல்.

நகரில் எந்த நிமிடமும் வெடித்துச் சிதறக்கூடிய சக்தி வாய்ந்த வெடிகுண்டுகள் வைத்திருப்பதாக கில்ஜி ஒப்புக்கொண்டான். என்னுடைய பைத்தியக்கார வாழ்க்கை வெறும் நடிப்பு என்றும் சொன்னான்.

நகரில் எந்த எந்தப் பகுதிகளில் குண்டு வைத்திருப்பதாக என்று மட்டும் சொல்வதற்கு கில்ஜியால் முடியவில்லை. அதிபயங்கரமான தாக்குதலுக்குப் பின் ஆர்.டி.எக்ஸ், ஆர்.டி.எக்ஸ் என்று மட்டும் புலம்பிப் புலம்பி நினைவிழந்தான்.

முதலில் தாக்குதல் நடந்தபோது கில்ஜி திருப்பித் தாக்கினான் என்பது உண்மை. உண்மையில் அது தன்னுடைய பைத்தியம் பிடித்த மூத்த சகோதரியைத் தெருவில் போட்டுத் தாக்கிய கும்பலிலிருந்து அவளைக் காப்பாற்றுவதற்கான போராட்டமாக இருந்தது. அருகாமையிலுள்ள பள்ளிவாசலிலிருந்து அதிகாலை பாங்கு சொல்லும் நேரம் எழும்பி விடுவான். நாளிதழ் கட்டுகள் சைக்கிளில் வைத்து 150 வீடுகளுக்குப் போட்டு, தான் படித்ததும், சகோதரிக்கு சிகிச்சை செய்ததெல்லாம். எப்போதாவது டவுனில் சென்று ஒரு திரைப்படம். அதுதான் அவனுடைய ஒரே

பொழுதுபோக்கு. ஒரு தடவை எதிர்பாராமல் ஒரு சினிமா ஷூட்டிங் பார்த்தான். அதன் ஆச்சரியம் அவனைப் பல நாட்களாக விட்டுவிலகவில்லை.

எவ்வளவு பாதுகாப்பாக சகோதரியை வைத்திருந்தது. இருந்தும் அவள் ஏமாற்றிவிட்டு வெளியே கிளம்பினாள். 55ஆவது வயதிலும் கூட சமூக விரோதிகளால் கற்பழிக்கப்பட்டாள். சகோதரி சொன்ன கருத்துக்கள் போகப் போக சரியெனப்பட்டன அவனுக்கு. நாளிதழ்களின் நிலுவைத் தொகையைப் பற்றிய சண்டையில் கூட இந்த மனமாற்றத்திற்கு ஒரு பங்கு இருந்தது. பல தடவை நிலை தவறியது. சட்டை ஜேப்பிற்குள் போகும் அளவிற்குத்தானிருந்தது ஒரு வீடு. ஒரு பெரும் கட்டடம் மட்டுமல்ல, ஒரு பெரும் நகரத்தைக்கூட.

நாளிதழ் நிலுவைத் தொகையைச் சொல்லி நடந்த சண்டையில் அவனுக்கு மரண அடி கிடைத்தது. நான்கு சண்டியர்களை அவன் தாக்கியது, மறைந்து நின்று போலீஸ்காரர்கள் உடனே வந்தார்கள். சிபாரிசு செய்ய யாரும் இல்லாததால் போலீஸ்காரர்களும் தாக்கினார்கள். இதோ, இப்போதும் போலீஸ்காரர்கள் உதைத்து நொறுக்குகின்றனர்.

ஈரத் தரையில் கவிழ்ந்து கிடந்தான்.

கில்ஜி. அந்தப் பேரிலிருந்து அலாவுத்தீனை வெட்டி விலக்கிவிட்டு தினசரிகளில் அவனுடைய புகைப்படங்கள் வெளியாயின. ஒவ்வொரு நிமிடங்களையும் சுரந்துகொண்டு சானல்கள் படைக் குதிரைகளைப் போன்று கில்ஜியின் பின்னால் பாய்ந்தன.

கில்ஜி யார் என்று பத்திரிகைகள் ஜாதகமும் வாழ்க்கை வரலாறும் எழுதின. கில்ஜி ஒரு வேட்டை மிருகமானான். டீப்பாயில் கால் தூக்கி வைத்து கடலை கொறித்துக்கொண்டு அபிமானிகளான நாம் அதைப் பார்த்தோம் – காஷ்மீர் பயங்கரவாதி.

ரிப்போர்ட்டில் காணிப்பய்யூரானது.

கில்ஜி வந்திறங்கியது பேப்பூர் துறைமுகத்தில்?

ஆறரை அடி உயரமென்று ஒரு பத்திரிகை. குள்ளனென்று வேறு பத்திரிகை. போலீஸ்காரர்களிடமிருந்து பத்திரிகை நிருபர்கள் இரகசியமாக செய்திகளை ஈர்த்தனர். ஒரு பிரபல நாளிதழில் லீடு வாசித்த டி.ஐ.ஜி., சாமியைக் கூப்பிட்டார்.

"என்ன இது?"

"சார், புரியவில்லை."

இல்லாவிட்டாலும் எழுத்து முன்னரே சாமிக்கு அலர்ஜிதானே. கில்ஜி ஒரு கள்ளப் பெயர். குற்றவாளி முஸ்லிம் அல்ல.

சானல்கள் அதை வாங்கிக்கொண்டு அனல் தெறிக்கும் சர்ச்சைகள் நடத்தின.

நீதிமன்றம் தானாகவே முன்வந்து வழக்கை எடுத்துக்கொண்டது.

கில்ஜியை உடல் பரிசோதனைக்கு உட்படுத்த வேண்டும்.

ஒரு வார கால அவகாசம் கேட்டது, விசாரணைக்குழு.

தனியாக ஒரு நாற்காலி செய்யப்பட்டது. அதில் அவனை உட்கார வைத்து கைகள் பின்னால் கட்டப்பட்டு, கால்கள் இரு பக்கமாக இழுத்து அகற்றி வைக்கப்பட்டது. ஒரு அசைவுக்குக் கூட வாய்ப்பு அளிக்காத வகையில். பிறந்த மேனியில் நாற்காலியில் கட்டப்பட்டிருந்த அவனுடைய ஆண்குறியின் தோலை இடது கையால் பிடித்து இழுக்கும் முன், பல நாட்களாக வேலை இல்லாமல் அலைந்த ஒரு கிராமத்து நாவிதன் தனது துருப்பிடித்த சவரக்கத்தியை கையிலுள்ள தழும்பில் நாலு தேய்ப்புத் தேய்த்துவிட்டு ...

உயிர் பிரியும் வேதனையில் கில்ஜி அலறிக் கூப்பிட்டான்.

"அம்மா ... அக்கா ... ஓடி வாங்க!"

குமுதம் தீராநதி, மார்ச் 2013

தோப்பில் முஹம்மது மீரான்

மகன்

என். மோகனன்

ஏர்போர்ட்டிலுள்ள ஓய்வு அறையில் ஆட்கள் நிரம்பியிருந்தனர், பயணிகளும் அவர்களை வழியனுப்ப வந்தவர்களும். அந்தத் திரளின் ஒரு பகுதியில் போடப்பட்ட சிவந்த பிளாஸ்டிக் நாற்காலிகளில் அவர்கள் உட்கார்ந்து கொண்டிருந்தனர் – அப்பாவும் அம்மாவும் மகனும். டிக்கட் சோதனையும் லக்கேஜ்உம் அது தொடர்பான சில பிரச்னைகளையும் முடித்துக்கொண்டு மகன் அந்த நேரம் அவர்களுடைய அருகாமையில் வந்தான்.

அவனைப் பிரியும் வேதனை உள்ளத்தைக் குழப்பிக் கொண்டிருந்தாலும், அவனுடைய துணிச்சலை நினைத்து ஆச்சரியத்தோடு உட்கார்ந்து கொண்டிருந்தனர். அப்பாவும் அம்மாவும் ஒரு சின்னப் பிள்ளையென்று தாங்கள் எப்பவும் எண்ணியிருந்த இவன், இவ்வளவு எளிதில் எவ்வளவு தன்னம்பிக்கையுடன் எல்லாவற்றையும் நிறைவேற்றுகிறான். நெடிய ஒரு வெளிநாட்டுப் பயணத்திற்கான சிக்கலான எல்லா வேலைகளையும்.

விமானம் புறப்படத் தயாராகிவிட்டது என்ற அறிவிப்பு அப்போதுதான் வந்தது. மகன் குதித்து எழும்பினான். அவன் பின்னால் மெதுவாக அப்பாவும் அம்மாவும். மகன் வெறும் 21 வயதை எட்டிய ஓர் இளைஞன். அவனுடைய திரட்சியான வெள்ளை முகத்தில் இளம் நீலம் கலந்த கறுப்பு மீசை, வரைந்தது போலக் காணப்பட்டது. அவனுடைய கூட்டுப் புருவத்திற்கும் அதே

நிறம்தான் இருந்தது. அந்த நிறமும் பாவனையும் ஒரு வகையான களங்கமின்மையை முகத்தில் நிழலிட வைத்தது. முதன்முதலாக ஒரு நெடுந்தொலைவிலான வெளிநாட்டுப் பயணம். அதுவும் விமானப் பயணம் செய்யப் போவதற்கான எந்த பரபரப்பையும் அவன் காட்டவில்லை. மாலை வேளைகளில் சினிமாவுக்குச் செல்லும்போது அனுமதி கேட்கும் அதே முறையில் அம்மாவைக் கெட்டிப் பிடித்துக்கொண்டு அவன் சொன்னான்.

"செல்ல அம்மா, நான் வர கொஞ்சம் காலதாமதம் ஆகும்."

சாதாரண சந்தர்ப்பங்களில் அந்த வார்த்தைகளைக் கேட்டால், அம்மாவுக்குத் தெரியும். சினிமாவுக்குப் போகிறான் என்று. வழக்கம்போல் சொல்வாள்.

"ஆமாம், சினிமாவும் பார்த்து இப்படியே நட. ஒண்ணும் படிக்காதே. கூட்டாளிகளெல்லாம் உயர்ந்த நிலைக்குப்போன பிறகு நீ மட்டும் அலைஞ்சி நட. அண்ணுதான் படிப்பாலே."

இப்போது அம்மா அந்த வழக்கமான பதிலை நினைத்துப் பார்த்தாள். அல்லாவிட்டாலும் கண்ணீர் கண்களில் விளிம்பைத் தொட்டு நின்றது.

எப்பவும் மகளைவிட நெருக்கம் மகனோடுதான். மகள் கொஞ்சம் திமிரு பிடித்தவளானாலும் ஒதுங்கிக்கொள்ளும் குணம். இவனானால் கொஞ்சம் சேட்டை. கிளர்ச்சியாளன். இவனுக்கு எதுக்கெடுத்தாலும் அம்மாதான் வேண்டும். சிலவேளை உணவு உண்ணக் கூப்பிட்டால், ஓடிவந்து மடியில் விழுந்துவிடுவான். வாய் பிளந்து காட்டிக்கொண்டு சொல்வான்.

"அம்மாவுக்குக் கைப்பிள்ளையல்லா நான். ஓர் உருளை சோறு உருட்டித் தாங்கம்மா."

அம்மாவை இணக்கி, அப்பாவுக்குத் தெரியாமல் பணம் பற்றவும் அவன் கெட்டிக்காரன். வெளியே காட்டாவிட்டாலும், அப்பாவிற்கு இதெல்லாம் விருப்பம்தான். தமக்கு அவன் எப்போதும் இளையபிள்ளை. அந்தப் பிள்ளைதான் இப்போது வெளிநாடு போகிறான். அமெரிக்காவில் மூன்றாண்டு நீண்ட மேல்படிப்பிற்காக மூன்று நெடிய வருடங்கள். படிப்பு முடிந்த பிறகுதான் வர முடியும். படிப்பு முடிந்தாலும் வர வேண்டுமென்று இல்லை. ஏதாவது வெள்ளைக்காரியைத் திருமணம் செய்துகொண்டு? இப்பேர்ப்பட்டவன்தான் சொல்கிறான்.

"நான் வரக் கொஞ்சம் காலதாமதம் ஆகும்."

அழாமலிருக்கச் சிரமப்படுவதற்கிடையில் அவனிடத்தில் அந்நேரம் எதுவும் பேச முடியவில்லை. மகன் அம்மாவின்

   தோப்பில் முஹம்மது மீரான்

வேதனையை உணர்ந்திருப்பான். ஒரு சிரிப்பிற்காகச் சொன்னான். "செல்ல அம்மா அழுதுவிடாதே. நான் வரும்போ அழகான ஒரு வெள்ளைக்காரிப் பெண்ணைக் கொண்டு வாரேன். என்னா?"

அம்மாவின் மிகப் பலவீனமான பகுதியை அவன் தொட்டான். மகனுடைய மிகப் பெரிய நன்மை விரும்பியாக இருந்தபோதிலும், அவனுடைய எல்லா விருப்பங்களுக்கும் துணை நிற்க விரும்பியபோதிலும், அமெரிக்காவிற்கு அவனை அனுப்ப விரும்பாததற்குப் பின்னணியில் உள்ள பல சந்தேகங்களில் ஒன்று அதுவாக அல்லவா இருந்தது. அதனால்தான் அவன் பல தடவை அதைச் சொல்லிச் சொல்லி அம்மாவைக் கேலி செய்தான்.

"நம்ம குடும்பத்திலே யாருமே இதுவரை ஒரு வெள்ளைக் காரியைக் கல்யாணம் செய்ததில்லை. அம்மா, அந்தக் குறையை நானே தீர்த்துப் போடுவேன். என் அழகான அம்மாவுக்கு ஒரு வெள்ளைக்காரப் பொண்ணு நல்ல மருமகளா இருப்பா."

இப்போது மீண்டும் அதையே சொன்னபோது சிறு பிணக்கும் கவலையும் நிறைந்த ஒரு பார்வையில் எல்லாவற்றையும் அடக்கிக்கொள்ளத்தான் அம்மாவால் முடிந்தது. அந்தப் பார்வை ஈரமணிந்து தழும்பியிருந்ததை மகனும் அப்பாவும் பார்த்தனர். அப்பா அவளுடைய கையை மிருதுவாக அழுத்தி மெல்லக் கட்டுப்படுத்தினார்.

"என்ன அம்மு இப்படி? பயணம் போற ஆளை அழ வைக்கலாமா?"

அப்பாவின் தொண்டை கரகரத்தது. மகனின் கவனத்தை ஈர்த்தது.

செக்யூரிட்டி செக்கிங் வாசலை நெருங்கியபோது மகன் சடாரென்று திரும்பி நின்றான். அவன் அதுவரை அப்பாவை விட்டு விலகி நின்றதற்கான காரணம், இப்போது முகத்தில் தெரிந்தது. விம்மி அழுததுபோல் எதுவும் பேசாமல் அவன் அப்பாவின் கையை எட்டிப் பிடித்தான். ஒரு நிமிடம் இருவரும் கண்களை இணைத்து மவுனமாக நின்றார்கள். பிறகு பின்னால் நீண்ட வரிசையிலுள்ள பயணிகளின் நெரிசலில் அகப்பட்டு அவனுடைய கை விடுவிக்கப்பட்டது. உள்ளே நெரிசலில் அவன் காணாமல் போய்விட்டான்.

இனி இங்கு நின்றுகொண்டிருப்பதால் எதுவும் ஆகப் போவதில்லை. பாதுகாப்புத் தொடர்பான போதனைகள் முடிந்த பிறகு உள்ளேதான் உட்கார்ந்து இருக்க வேண்டும். வெளியே வர அனுமதி கிடையாது. அவன் கடந்துபோன வழியிலுள்ள

காட்சிகளை மறைக்கும் அழுக்கடைந்த கர்ட்டன் துணியில் மோதித் திரும்பிய கண்களுடன் அப்பாவும், அம்மாவும் சிறிது நேரம் அங்கு நின்றார்கள். கடைசியில் அப்பா அழைத்தார்.

"வா போகலாம்."

அம்மா வேதனையோடு பார்த்தாள்.

"விமானம் போன பிறகு போனால் போதாதா?"

செக்யூரிட்டி அறையில் உட்கார்ந்து இருக்கும் மகனை, விமானத்திற்குள் ஏறி உட்கார்ந்துகொண்டாலும் இனி இங்கிருந்து பார்க்க முடியாது என்று தெரிந்து அப்பா கூப்பிட்டார்.

"அப்படியானால் வா, மேலே காலரியிலே போய் உட்காருவோம்."

தன்னுடைய உள்மனக் கொந்தளிப்பை வெளியே காட்டாமல் இருக்க சிரமப்படுவதற்கிடையில் அவருக்கு மனைவியை ஆறுதல்படுத்த வேண்டியதாயிற்று. அவளானால் இப்போது கண்ணீர் வடிக்கத் துவங்கிவிட்டாள்.

மேலே காலரியிலும் ஆட்கள் நிரம்பிவிட்டனர். பெரும்பாலும், பெண்களும், குழந்தைகளும், வயோதிகர்களும். தோற்றத்தில் அவர்களெல்லாம் கிராமத்துக்காரர்கள். வேடத்திலும் செயல்முறையிலும் பேச்சிலும் கிராமியம் வெளிப்பட்டிருந்தது. சில வேளை வளைகுடா நாட்டிற்குச் செல்லும் மர வேலைக்காரர்கள், கல் வேலைக்காரர்கள், இரும்பு வேலைக்காரர்கள் ... இவர்களை வழியனுப்ப வந்த உறவினர்களாக இருக்கலாம். விமானத்தை முதலில் பார்க்கும் ஆர்வமும் தங்கள் உறவினர்கள் அரபுநாடுகளுக்குச் சென்று பணம் வசதியுடன் திரும்பி வரும் எதிர்பார்ப்பும் அவர்களின் பெரும்பான்மையினருடைய முகங்களில் தெரிய முடிந்தது. புதுப் பெண்களாகத் தோற்றமளித்த மூன்று, நான்கு இளம் பெண்கள் கருப்பு பர்தாவுக்குள் மௌனமாக விம்முவதைக் காண முடிந்தது.

கூட்டத்திற்கிடையில் காலியாகக் கிடந்த இரண்டு நாற்காலிகளை அவர் தேடிக் கண்டுபிடித்தார்.

"வா அம்மு, இங்க உட்கார்ந்திருந்தால் வெளியில் ஆகாசம் பார்க்கலாம்."

அந்த ஆகாசம் வழியாகவல்லவா தங்களுடைய மகனையும் கொண்டு அந்த உலோகப் பறவை பறந்து போவது. அவளை உட்கார வைத்துத் தாமும் உட்கார்ந்த பிறகு அவர் சும்மா பார்த்தார். அவள் வெளியில் ஆகாசத்தையே பார்த்துக்கொண்டு இருந்தாள்.

   தோப்பில் முஹம்மது மீரான்

முகம் விம்மி வீங்கிக் கண்ணீர் வடிந்துக்கொண்டிருந்தது. கை விரல்கள் அவள் அறியாமலேயே நிமிரவும் மடங்கவும் செய்தன. அவள் உதடுகள் அசையவில்லை என்றாலும் அவருக்குப் புரிந்தது.

அழுகைக்கிடையிலும் அவள் நாமம் ஜெபிக்கிறாள் என்று.

அவர் மெல்லக் கேட்டார்.

"இங்க பாரு அம்மு. இவ்வளவு கவலைப்பட என்ன இருக்கு?" அவள் அவரை வெறுமனே பார்த்தாள். அந்த முகத்திலுள்ள வெளிறல் அவரைக் கவலையடைய வைத்தது. ஆறுதல் படுத்தும் முயற்சியில் சொன்னார்.

"அவனுடைய பெரிய ஆசையாகவல்லா இருக்கு. அவனை அனுப்புவது நம்முடைய பொருளாதார நிலைக்கு ஆகுமென்றா? 32 வருட அரசு வேலைக்குக் கிடைத்த எல்லாத் தொகையையும் சேர்த்துக் கொடுத்துத் தானே அவனுக்கு இந்தப் பயணத்தைச் சரிக்கட்ட முடிந்தது."

அவள் தேம்பித் தேம்பி அழுதாள்.

"பிறகு ஏன் நீங்க உற்சாகப்படுத்தினீங்க? ஏன் துணை நின்னீங்க? எனக்கு என் மகனைப் பார்க்க வேண்டாமா?"

அவரால் எதுவும் பேச முடியவில்லை. பேசுவதற்கு இல்லாமல் இல்லை. ஒரு வேளை பேசினால்கூட இந்த அப்பாவிப் பெண்ணுக்குப் புரியுமா?

அவர் சிந்தனை செய்தார். மகனுக்கு அப்படியொரு ஆசை தோன்றியதில் என்ன தவறு? படிப்பு விஷயத்தில் உபதேசம் செய்ய முயன்ற அம்மாவிடம் முகத்திற்கு நேராக அவன் சொல்லிவிட்டான்.

"அம்மா எனக்கு டாக்டர் ஆகவும் முடியாது. எஞ்ஜினிய ராகவும் முடியாது. அம்மாவுக்கு அதுக்காக வருத்தம் வேண்டாம்."

பக்கத்து வீட்டுப் பிள்ளைகளெல்லாம் டாக்டர் ஆவதையும், எஞ்ஜினியர் ஆவதையும் தெரிந்துதான் அம்மாவுக்கு இப்படியான சிறு ஆசைகள்.

ஆபீசிலிருந்து வந்த வழியில் எதேச்சையாக அப்பா அவர்களிடையே நடந்த உரையாடலைக் கேட்டார். அவர்தான் பதில் சொன்னார்.

"வேண்டாம், டாக்டரும் எஞ்சினியரும் ஆக வேண்டாம். ஆனால், ஏதாவது ஒண்ணாக வேண்டுமல்லவா?"

மகன் படிப்பு விஷயத்தில் போதிய அக்கறை காட்டாமல் நடக்கிறேன் என்பது சிலரது எண்ணம். அந்த எண்ணமூட்டிய

கோபத்திலிருந்து எழுந்த கேள்வி அது. அந்நேரம் மகன்தான் பேசாமல் இருந்தான். அப்பா துளைத்துத் துளைத்துக் கேட்டார்.

"என்னா நான் கேட்டது சரியாக இல்லையா. வாழ்க்கையில் யாராவது ஆக வேண்டாமா?"

மகன் குதித்து முன்னோக்கிப் பாய்வதுபோல் வேறு ஒரு கேள்வி கேட்டான். "ஏதாவது ஒண்ணு அல்ல. கண்டிப்பாக இந்த இதுதான் ஆக வேண்டும் என்பது என் விருப்பம். அப்பாவால் உதவ முடியுமா?"

ஒரு சவாலை ஏற்பதுபோல் பதில் சொன்னார்.

"சொல்லப்பா, என்னவென்று சொல்லு. உதவி செய்கின்றேன். உனக்கு நல்லதென்று படுகிற எதற்கும் நான் துணை நிற்பேன்."

அவன் சற்று நேரம் பேசாமல் இருந்துவிட்டுச் சொன்னான்.

"அப்பாவும் அம்மாவும் எப்பவும் எனக்குத் துணையாக இருப்பீர்கள் என்று தெரியும். ஆனால், இது உங்களால் தாங்கிக்கொள்ள முடியுமா என்றுதான் நான் அச்சப்படுகிறேன்... *I mean Financially ...*"

காலம் தந்த துணிச்சலின் அகங்காரத்தோடு சொன்னான்.

"நீ எதுக்கு அதைப் பற்றி எல்லாம் கவலைப்படணும். சொல்லு. உனக்கு நல்லதாகப்படுவதற்கெல்லாம் பணம் கிடைக்கும்."

தயங்கியபடி சொன்னான்.

"எனக்கு அமெரிக்காவில் ஹார்வார்ட் யுனிவர்சிட்டியில் எம்.பி.ஏ.வுக்கு சேரணும் அதுதான் விருப்பம். அது அப்பாவுக்குத் தாங்குவதற்கு அப்பாற்பட்டதல்லவா சொல்லுங்க?"

அவன் முன்னால் தோல்வி அடைவதற்கான தயக்கத்தால் மட்டுமல்ல, அங்கு அட்மிஷன் கிடைக்கும் விஷயம் எளிதல்ல என்பதும் தெரிந்துகொண்டுதான் அவர் சொன்னார்.

"சரி. அட்மிஷன் கிடைப்பதற்கான பரீட்சையெல்லாம் எழுது. எல்லாம் சரியான பிறகு எப்போது என்று சொன்னால் போதும்."

உண்மையில் அவனுக்கு அட்மிஷன் கிடைக்கும் என்றும் எனக்கு இவனை அங்கு அனுப்ப முடியும் என்றும் மனசார பிரார்த்திக்கவும் செய்தேன் அல்லவா? எட்டாத மரக் கிளையாக இருந்தாலும் உள்ளுக்குள் அந்த மோகம் இருந்தது. உண்மையிலேயே அது கிடைக்குமானால், பத்து, முப்பத்தைந்து ஆண்டுகளுக்கு முன்பு அவனுடைய தந்தை விரும்பியும் நடக்காத

    தோப்பில் முஹம்மது மீரான்

விஷயம், வேறொரு வழியாக அடைய முடிகிறது என்ற சிறு திருப்தி.

பத்து, முப்பத்தைந்து வருடங்களுக்கு முன்பு மிகவும் சிரமப்பட்டுதான் படித்தது. ஸ்காலர்சிப்புகளும் நண்பர்களுடைய உதவிகளும் கிடைத்ததால் எம்.ஏ. வெற்றி பெற முடிந்தது. அந்தக் காலத்தில் வாசித்துக்கொண்டிருந்தது ஜவஹர்லால் நேரு, சுபாஷ் சந்திரபோஸ் இவர்களுடைய வாழ்க்கை வரலாறு. அவர்களைப்போல் ஆக்ஸ்போர்டிலும் கேம்பிரிட்ஜிலும் படிக்கத்தான் ஆசையாக இருந்தது. படிப்பதில் அவ்வளவு பின்னிலையில் அல்ல. அன்று வெறும் பட்டிக்காடாக இருந்த தம்முடைய கிராமத்தில் உள்ள ஏழ்மையான பள்ளியில் மிகக் குறைவான வசதிகள் மட்டும் உள்ள சூழ்நிலையிலிருந்து இவ்வளவுக்காவது எட்ட முடிந்ததே என்பதே பெரும் பாக்கியம்.

இப்போதுள்ள பிள்ளைகளுக்கு இதுவெல்லாம் தெரிய வேண்டுமா? சொன்னால் அவர்களுக்குப் புரியுமா? என்ணெய் விட்டுப் பற்றவைத்த மரவிளக்கின் கரிப்புகை பரப்பும் திரிநாளம், கிழிந்த உடைகள், ஓலைக்குடை, செருப்பில்லாத கால்களுடன் நடந்து செல்லும் குண்டும் குழியும் நிறைந்த இடைவழிகள், பள்ளி பீஸ் கொடுப்பதற்கு ஏற்படும் சிரமங்கள், மதிய உணவு இல்லாத பள்ளி தினங்கள்.

பட்ட அனுபவங்களைக் குறிப்பிடும்போது சொல்வான்.

அந்தக் காலத்தில் அப்படித்தான் இருந்தது. இன்று காலம் மாறிப் போச்சே.

முதலில் தவறாகப் புரிந்து இருந்தேன். இந்த மகனைப் பொறுத்தவரையில் கண்டிப்பாக அப்படி அல்ல. ஒரு சாதாரண விஷயம் என்பதுபோல் சொல்கிறான். அவ்வளவுதான்.

"அப்பாவின் சிறு வயசில் இங்கிலாந்துக்குப் போக ஆசைப்பட்டீர்களே? நடக்கவில்லை. என் காலத்தில் நான் அமெரிக்காவிற்குச் செல்ல விரும்புகிறேன். அவ்வளவுதானே? நடக்காவிட்டால் பரவாயில்லை. அப்பாவைப்போல் நானும் ஏதாவது ஒரு வழி கண்டுபிடிப்பேன்."

அந்தக் கடைசி வார்த்தைகள் மனசில் மோதி ரொம்பவும் நோக வைத்தது. முன்பு தனக்கு நேர்ந்த சங்கடங்களை நினைக்கவும் செய்தார். அன்று ஆக்ஸ்போர்டிலோ கேம்பிரிட்ஜிலோ சென்று படிக்க முடிந்திருந்தால், நான் என்னவாக இருந்திருப்பேன் ... அந்த நினைப்பு எப்பவும் மனசில் வேதனையை உருவாக்கியிருந்தது. இந்தப் பூமியில் ஒருமுறைதான் இந்த வாழ்க்கை கிடைக்கும். பிறகு அந்தச் சிறிய கால அளவிற்குள் விரும்புவதொன்று கிட்டாமல்

இருக்கவும் செய்யலாம். பிறப்பு, மரணம் இதற்கிடையிலான நிலையின்மைக் கவலையைத் தவிர்க்க ஒரே ஒரு வழிதான் உண்டு. ஆசைகள், நினைக்காமலிருப்பது. சொந்தம் வறுமைச் சொற்களுக்கப்புறம் உள்ளவை ஏதும் யோசிக்காமலிருப்பது. அது சாத்தியமா? அறிவு மனசில் எல்லைகளை விரிவுபடுத்துகிறது. புதிய பலவற்றை அறிய முடிகிறது. அறியாமலேயே மோகம் வந்துவிடுகிறது.

அன்று மனசில் உறுதியாக்கினேன். அட்மிஷன் கிடைக்கு மானால், கடன் வாங்கி அல்லது வீட்டை விற்று எப்படியாவது அவனை ஹார்வார்டில் சேர்க்க வேண்டும். ஹார்வார்ட் அவ்வளவு பெரியதென்று நினைப்பு கொண்டல்ல. மகனுடைய விருப்பம் அவ்வளவு விலைமதிப்பு வாய்ந்தது என்பதுதான்.

காட்டுப் புற்களும் முத்தங்காதைகளும், தொட்டாச்சிணுங்கி யும், நிறைந்த கிராமத்தின் பழைய நாலுகட்டு வீட்டின் முற்றத்தில் கண் கசக்கி அழுதுகொண்டிருந்த ஒரு பையன் ஓசையின்றி சொன்னான்.

"அந்தத் துயரம் உன்னுடையதே. அந்த மோகம் உன்னுடையதே."

மனைவி முதலில் எதிர்த்திருந்தாள். மகன் பெரிய நிலைக்கு வர வேண்டாம் என்ற எண்ணத்தாலல்ல. அவள் சொன்னாள்:

"மகள் குடும்பம் இப்போது ரொம்ப தொலைவிடத்தில். ஒரு தடவை பார்க்க வேண்டுமானால், எவ்வளவு நாள் பயணம் செய்யணும். இனி இவனும் கண்ணெட்டா இடத்துக்குப் போனா நாம் என்ன செய்வோம்?"

அது ஓர் உண்மையாகவே பட்டது. மிகவும் உணர்ச்சிபூர்வமான ஓர் உண்மை. தாய், தந்தையர்கள் எப்பவும் எங்கேயும் எந்தக் காலமும் எதிர்கொள்ள வேண்டிய சனாதனமான உண்மை. ஆனால், வேறு ஒரு மறுபக்கமில்லையா? பிள்ளைகளுக்கு எந்நாளும் தாய், தந்தையரோடு கிடந்து காலம் கடத்த முடியுமா? ஒரு கட்டம் கடந்துவிட்டால் காலம் அவர்களை முதிர்ச்சியுடையவராக்காதா? சொந்தக் கால்களில் நிற்கவும் சொந்த வழிகளைத் தேடவும் அவர்கள் விரும்ப மாட்டார்களா? அவர்களும் தாய், தந்தையர்களாக மாறமாட்டார்களா?

அம்மா, அப்பாவிற்குப் பிள்ளைகளைப் பார்க்க வேண்டு மானால், கற்பனை செய்து பார்த்து திருப்தி அடைவது நல்லது. பிள்ளைகள் அவர்களுடைய அபிலாஷைகளுக்கு ஏற்றபடி சுகமாகவும் வசதியாகவும் வாழ்கிறார்கள் என்று தெரிந்து மகிழ்வது நல்லது. ஐம்புலன்களில் ஒன்று மட்டும் கண். ஏதாவது

     தோப்பில் முஹம்மது மீரான்

ஒரு புலனைத் திருப்திபடச் செய்யவும் உள் அனுபவம் வாயிலாக மற்றெல்லாவற்றையும் ஆறுதல் படுத்தவும் வேண்டும். மாறி மாறி வரும் காலங்களில் அதற்கு முடிய வேண்டும்.

நம்ப முடியாதவற்றை, நம்ப வைக்க முயலுபவனின் தோல்வி பயத்தோடு மனைவியிடம் சொன்னார்: "அம்மு, அவனுக்கு அது ஓர் ஆசையானால், அதுதான் அவனுடைய வழி என்று அவன் எண்ணுவானேயானால் ஒத்துழைப்பதல்லவா நல்லது?"

"பிள்ளைகளுக்குத் தேவையானவற்றைச் சொல்லிக் கொடுப்பதும் நம்ம கடமைதானே?"

"பிள்ளைகள் வளர்ந்த பிறகு அந்தக் கடமை அம்மா, அப்பாவுக்கு இல்லை. அதை ஏன் நீ புரிஞ்சிக்கிடவில்லை? பிறகு ஒரு சந்தர்ப்பத்தில் அம்மாவும் அப்பாவும் காரணந்தான் வாழ்க்கையில் தோல்வி ஏற்பட்டதென்று அவனுக்கும் நமக்கும்கூட தோணினாலோ? மட்டுமல்ல எவ்வளவோ சிரமப்பட்டு, வைராக்கியத்துடன் படித்துதான் அந்த நுழைவுத் தேர்வுகளிலெல்லாம் உதவித் தொகை கிடைத்துவிட்டதே? பொதுவாக எளிதல்லாதவற்றையெல்லாம் அவன் எளிதில் பெற்றுவிட்டான். பயணத்திற்கும் ஆரம்பச் செலவிற்கும் முதல் ஒன்றிரண்டு மாதத்திற்கான செலவுத் தொகை மட்டுமே நாம் செய்ய வேண்டும். இதெல்லாம் அவன் செய்த பிறகு நாம் செய்ய வேண்டிய கடமை."

"கடமை! கடமை! எனக்கு என் மொவன் என் பக்கத்துலெ நிக்கணும்."

சுயநலம் மானசீக உணர்வாகயிருக்கலாம். ஆனால், பிள்ளைகளைப் பொறுத்தவரை தாய், தந்தையர்களின் சுயநலம் எப்படி மனசில் உணர்வாக இருக்க முடியும்? நேசம், பாசம், சொந்தம் என்ற சிந்தனையெல்லாம் இவற்றின் வைராக்கியம் நிறைந்த ஒரு பாவனையாகும். உள்ளில் அதைப் பற்றித் தெரிந்துகொண்ட காரணத்தினால் அவளுக்கு ஒரு பதில் கொடுக்க முடியாமல் போயிற்று. ஆனால், மகன் மிக எளிதில் பதில் சொல்வதைக் கேட்க முடிந்தது.

"நான் கேரளாவில் எங்காவது வேலையிலிருந்தால் அப்பாவுக்கு எப்பவும் பார்க்க முடியுமா? இந்தியாவில் எங்கே யானாலும் நினைத்த நேரம் பார்க்க முடியுமா? அதுபோலத் தான் அமெரிக்காவும், எங்கிருந்தாலும் தெரியப்படுத்தினால் உடன் வரலாமே. ஆலப்புழையானாலும் அமெரிக்காவானாலும் எல்லாம் ஒண்ணுபோலத்தான்."

அம்மா கேட்டாள்:

"கேரளமும் இந்தியாவும் போலவா இது? தெரியாத ஊர், தெரியாத சனம்."

அந்தக் கேள்வியில் எந்தப் பொருளும் இல்லாவிட்டாலும் அவன் சொன்னான்:

"தெரியாத ஊரென்றும் தெரியாத ஜனமென்னும் அம்மாதானே சொல்வது, அம்மாவுக்குத் தெரியவேண்டிய தேவையில்லை. அதனால் தெரிந்திருக்கவில்லை. அவ்வளவுதான். எனக்குத் தெரிய வேண்டுமென்று விருப்பம் இருந்தது. தெரியவும் செய்தேன். இங்குள்ளது போல் மழையும் காற்றும் சூரிய ஒளியும் உள்ள இடம்தான் அமெரிக்கா. இங்குள்ளவர்களைப் போல் இரண்டு காலில் நடக்கக் கூடிய கண்ணும் மூக்கும் காதும் எல்லாம் உள்ள மனிதர்கள்."

அப்பா எதிர்பார்த்தார். அம்மாவுக்கு இப்போது கோபம் வருமென்று! இல்லை. அவள் பொறுமையுடன், புதியதாக ஏதோ கேட்பதுபோல் கவனித்தாள். முடிவில் அடி பணிவதுபோல் விரக்தி மொழியில் சொன்னாள்.

"உனக்கு எங்களை வேண்டாமானால், பிறகு உன் விருப்பம்போல் செய். அமெரிக்காவிற்குப் போய் பல் துலக்கவும் குளிக்கவும் செய்யாமல் மீன் இறைச்சியும் திண்ணு, கள் குடிச்சு யாருடைய தோள் மீதாவது ஏறப்பாக்கும் ஏதாவது ஒரு பெண்ணைக் கட்டிட்டு அங்கேயே தங்கிக்கோ? எங்களைப் பார்க்க வர வேண்டாம்."

மகன் உரக்கச் சிரித்தான். மலையாள சினிமாவில் வில்லன்களின் சிரிப்பைத் தழுவி அவன் பலமுறை உரக்கச் சிரித்தது அலறுவது போன்ற வெற்றுச் சிரிப்பு. பிறகு வழக்கமான தந்திரத்தில் அம்மாவைக் கட்டித் தழுவிச் சொன்னான்.

"அம்மா, தங்கக் கட்டி! நல்லச் செம்பட்ட முடியும் அழகான பூனைக் கண்களும் எவ்வளவு துலக்கினாலும் மஞ் சளாகவே இருக்கும் அழகான பற்கள் உள்ள உடல்கட்டான ஒரு வெள்ளைக்காரிப் பெண்ணை நான் மருமகளாகக் கொண்டு தாரேன். அவளை ஸ்டவ் வெடிக்கவைத்து பயப்படுத்தி எதுவும் செய்யக் கூடாது கேட்டியா?"

செம்பட்டை முடியும் பூனைக் கண்களும் மஞ்சள் பற்களும் உள்ள ஒரு பேயைக் கண்டு நடுங்குவது போல் முன்பு ஒருபோதும் இல்லாத வீறும் வீம்பும் காட்டிக்கொண்டு அவள் சொன்னாள்.

"கொண்டு வா, இங்கு கொண்டு வா, நீ அப்படி ஒருத்தியைக் கொண்டு வரும்போது இந்த ஃபேனில் நான் தொங்கி நிற்பேன்."

          தோப்பில் முஹம்மது மீரான்

அம்மா சுட்டிக்காட்டிய சீலிங் ஃபேனைப் பார்த்துக்கொண்டு அவன் மீண்டும் வில்லன் சிரிப்பு சிரித்தான்.

"நான் இப்பவே அப்பாகிட்டே சொல்லி இங்கே கிடக்கிற சீலிங் ஃபேனை எல்லாம் கழற்றி விடுகிறேன்."

பதில் சொல்லவிடாமல் அம்மாவைக் கட்டி அணைத்து இறுக்கி முத்தமிட்டான். அம்மா அதில் கரைந்து கரைந்து சுயம் இல்லாமலானாள்.

அவள் எப்பவும் அப்படித்தான். யாரும் நம்பவும் மாட்டார்கள். இந்தத் தடியன் மகன் மீசைக்காரன்; யுனிவர்சிட்டி பட்டதாரி, அவனுக்கு இப்பவும் உணவு அம்மா கையால் குழைத்து ஊட்ட வேண்டும். அம்மாவுக்கும் அப்பாவுக்கும் மத்தியில் சொருவி நெருங்கி இடம்பிடித்து உறங்க வேண்டும். இடையே ஏதாவது ஊர்ப் பேச்சு சொல்வான்.

"உங்களுக்கு அக்காவைத்தான் பிடிக்கும். நான் இளையதாட்டுப் பிறந்தவன்தானே." அக்கா என்று அவன் கூப்பிடக்கூடிய மகளுடைய ஆவலாதி வேறு.

"உங்களுக்குச் செல்ல மகனோடுதான் அன்பு அதிகம். செல்லப்பிள்ளை."

ஆனால், அவர்களுக்கிடையிலான அன்பும் ஒற்றுமையும் நெருக்கமும் காணும்போது கண்கள் நிரம்பும். விடுமுறைக் காலங்களில் மகள் வரும்போது சிறு குழந்தைகளுக்கென்பதுபோல் மிட்டாய், பிஸ்கட் எல்லாம் கொண்டு வருவாள்.

"அம்மா உங்க சின்ன பொம்மை எங்கே? அவனுக்குக் கொடுங்க" என்பாள்.

ரயிலில் வருவதாக இருந்தால் ஏதாவது ரயில் நிலையத்தில் கிடைக்கும் ஸ்பெஷல் பழம் பஜ்ஜி வாங்கிக்கொண்டு வருவாள்.

"எடுத்துத் தின்னுடா தடிமாடா! உனக்காக பழம் பஜ்ஜி. ஆசையான பண்டம்."

அவன் பேசாமல் எடுத்துச் சாப்பிடுவான். பிறகு புகழ்ந்து பேசுவான்.

"நான் பாக்கியம் செய்த பிள்ளை. இவ்வளவு அன்புள்ள அக்காவை கிடைக்குமா? முதல்ல பிறந்து இருப்பேனேயானால் எல்லாம் நஷ்டமாயிருக்குமே."

பாவம் மகள். அவளுக்கு அவ்வளவு போதும் மனத்திருப்தி அடைவாள். பிறகு அம்மாவிடம் சிபாரிசு செய்வாள்.

"பாவம் தம்பி. அவனுக்கு அமெரிக்காவுக்குப் போவணு மானால் போட்டம்மா. உங்க கையில பணம் இல்லன்னா கொஞ்சம் நானும் தாரேன்."

விமான அறிவிப்பு கேட்டு நடுங்கி விழித்தார்.

பிளைட் 354 டு நியூயார்க் வழி டெல்லி பிராங்பர்ட் ... அவர் இடப்பக்கம் பார்த்தார். ஜன்னல் வழியாகத் தெரியக்கூடிய ஆகாயத்தின் நீலநிறத் துண்டிற்கு நேராகக் கண்களை ஊன்றி அம்மு உட்கார்ந்திருக்கிறாள். அவள் எதைப் பற்றி சிந்தனை செய்கிறாள்? மடியில் கிடந்து வளர்ந்து பறக்க முடிந்தபோது, பறந்துபோகும் பறவையைப் பற்றியா? வசந்தம் இழந்த இடங்களி லிருந்து வசந்தச் செழிப்பான தடங்களுக்குக் களைப்பின்றி பறக்கும் பறவைகளைப் பற்றியா?

"அவனுடையப் பிளைட் புறப்படப் போவுது?"

ஏதோ பூத காலத்திலிருந்து அந்நேரம் உணர்ந்து எழும்பி வந்த தூக்கச்சனடவுடன் அவள் பார்த்தாள்.

அப்போ அவன் போகிறான் இல்லையா? நிச்சயம் போவான் இல்லையா? என்ன பதில் சொல்வதென்று அறியாமல் அவர் குழம்பினார். மகன் போக வேண்டுமென்றும் வேண்டாமென்றும் விரும்புகின்ற அங்கலாய்ப்பில் அகப்பட்டுப்போன மனச் சாட்சியின் தண்டனை நீதி அவரை மௌனமாக்கியது.

ஆகாயத்தில் அப்போது இரைச்சல் கேட்டது. ஜன்னல் வழியாகத் தெரியக்கூடிய நீல ஆகாயத்தில் கண்களை ஊன்றி வேதனையும் நினைவும் நிராசையும் மோகமும் வேண்டுதலும் ஆசீர்வாதமும் நிரம்பிய மனசுடன் அந்தத் தாய் தந்தையர்கள் உட்கார்ந்திருந்தனர்.

முதலில் மேக மலைகள். பிறகு மீண்டும் ஆகாச நீலம். அதில் கடற்காக்கையைப்போல் கடைசியாக வந்த விமானம். விமானத்தின் பின்னால் புகையின் மெல்லிய கோடு. கடற்காக்கை பறந்து பறந்து அகன்றது. ஒழுகிப் புரளும் ஒலிக்கோடு. பிறகு வெற்று ஆகாசம்.

எல்லாம் முடிந்தது. காலரியும் காலியானது. உச்சி நேரத் திருமுழுக்கு முடிந்து சூரியன் மேற்காகப் பாதை வெட்டியது. அவர் எழும்பினார். பிறகு மனையிவின் கையைப் பிடித்து எழுப்பினார்.

"வா... இனி வீட்டுக்குப் போவோம்."

"அவன் போயிட்டான் இல்லியா?

                          தோப்பில் முஹம்மது மீரான்

"ஆமா, அந்த விமானந்தான் இப்பம் போனது."

அவள் பிறகு எதுவும் பேசவில்லை. அழவோ பரபரப்பு காட்டவோ செய்திருந்தால் பெரும் சிரமமாகியிருக்கும். எதுவும் நடக்கவில்லை. அவருடைய விரல் முனையில் பிடித்து எழும்பிக் கூட்டத்தோடு நடந்தாள். இங்கு வந்தது டாக்சியில். மகனுடைய லக்கேஜ்கள் இருந்தன அல்லவா? இனி இப்போது திரும்பிச் செல்லும்போது லக்கேஜ்கள் இல்லை. ஒன்றுமே இல்லை. இரண்டு நபர்கள். வயோதிகத் தம்பதிகள். அவ்வளவுதான். விமான தளத்தில் டூரிஸ்ட் டாக்சிகள் உள்ளன. விமானப் பயணியான பணக்காரரென்று எண்ணி அவர்கள் பெரும் தொகைகள் கேட்பார்கள். வேண்டாம் மெல்ல நடக்கலாம். வெளியே சென்று ஓர் ஆட்டோ பிடிக்கலாம். உச்சி வெயில் இனியும் மங்காத ஆகாயத்தின் அடியினூடே உருக்கி கிடக்கின்ற கருப்புத் தார் போட்ட ஓரம் வழியாக அவர்கள் நடந்தனர்.

கடைசியில் டிரேடு யூனியன் கலாச்சாரத்தின் வழிப்பறி யுடைய குறுகிய வட்டக் கோட்டிற்கு அப்புறம் சென்றபோது தனித்த ஒரு ஆட்டோக்காரன். பழைய கால பியூடலிசத்தின் ஐந்தொகை போல் ஆட்டோவை நெருக்கி நின்றுகொண்டு கேட்டான்.

"ரிட்டன் டிரிப் சார். ஏதாவது தந்தால் போதும். சிட்டியில் கொண்டு விடலாம்." அவன் ரொம்பவும் நல்லவன். நியாயமான ஊதியம் பெற்று அவர்களை வீட்டில் கொண்டு விட்டான். வாசலைத் திறந்து உள்ளே சென்றதும் மனைவி விம்மி வெடித்துக்கொண்டு டிராயிங் ரூம் செட்டில் விழுந்தாள். அவர் கொஞ்சநேரம் பார்த்துக்கொண்டு நின்றார். பிறகு மனசுக்குள்ளே எண்ணினார்.

பாவம். அழுது முடிக்கட்டும்; அவர் மாடிப்படிகள் ஏறி, மாடியின் பின்பக்கம் பாத்ரூமுக்குச் சென்றார். வாசலை அடைத்தார். அங்குள்ள மூன்று குழாய்களையும் திறந்துவைத்தார். தண்ணீர் கொட்டும் பெரும் மழைப் பிரவாகத்தின் சப்த கோலாகலம் உருவாக்கினார். பிறகு முன்நோக்கிச் சென்று சுவரில் தலைவைத்து உரக்க அழுதார்.

மகன் பக்குவமானவன் என்றாலும், சொந்த வாழ்க்கையி லிருந்தே அவன் வேறுபட்டுப் போன வேதனையான உண்மை உருவாக்கிய உளைச்சலுடன் அவர் மீண்டும் மீண்டும் அழுதார்.

"குட்டா என் பொன்னு மகனே!"

ஓம் சக்தி, ஜூலை 2008

ஜலப்பிரசாதம்

புனத்தில் குஞ்ஞுப்துல்லாஹ

ஆடி மாதம் ஆனதால் அருவி பார்க்கச் செல்வதிலிருந்து அனைவரும் என்னைப் பின்வாங்க வைத்தனர். பயங்கரமான நீரோட்டம். பாறைகளில் கால் வழுக்கும். கால் சற்றுத் தடுமாறினால் போதும் கடலில் விழுந்து தள்ளாட வேண்டியதுதான். அப்படி பலப்பல எச்சரிக்கைகள்.

அபூர்வ, அழகான இந்த அருவியைப் பார்ப்பதற்கு வாய்ப்பு கிடைத்தது, இந்த ஆடி மாதத்தின் கெட்ட நேரம் என்றுதான் சொல்ல வேண்டும். இருந்தாலும் கிடைக்கும் வாய்ப்புகளைப் பயன்படுத்துவது என்பது என்னுடைய கொள்கை.

உடன் வருவதற்குப் பலரை நான் கட்டாயப் படுத்தினேன். அன்பால் அவர்களை மூச்சுத் திணறடிக்கச் செய்தேன். முத்தங்கள் கொடுத்தேன். ஆனால், யாரும் மசியவில்லை. எல்லோரும் போர்த்திக்கொண்டு உறங்குகின்றனர்.

மேகம் சூழ்ந்த வானத்தின் கீழ், கொட்டும் மேளம் கொட்டிக்கொண்டு பெய்திறங்கும் மழையில் பாறை மீது ஏறினேன். மலை முகட்டிலிருந்து கண்ணாடி மணிகள் உடைந்து சிதறுவதுபோல் தண்ணீரின் நெருப்பு நாக்குகள் எம்பிக் குதித்துக் கீழே விழுகின்றன. இருண்ட நதியும் அடத்தியான காடும், கறுத்து இருண்டுபோன ஆகாசமும் என்னைக் கொஞ்சம்கூட பயங்காட்டவில்லை. ஏனென்றால், வனத்தன்மையை நான் அந்த அளவு நேசிக்கிறேன்.

தோப்பில் முஹம்மது மீரான்

100 மைல் சுற்றளவில் எங்கும் ஒரு மனிதப் பிறவிகூட இல்லை. காட்டுக்கு அப்பால் புல்மேடுகள் மழையில் நனைந்து நீண்டு நீண்டு கிடக்கின்றன.

மழை வலுத்தது. என்னுடைய கோட்டும் தொப்பியும் காற்றில் இடம்பெயர்ந்தன. ஒரு பாறை மேலிருந்து வேறு ஒரு பாறையின் மீது கால் தூக்கி வைத்ததும் நான் நதியில் விழுந்துவிட்டேன்.

பிறகு எதுவும் நினைவில்லை. நான் அதலபாதாளத்திற்கு இறங்கிக் கொண்டிருந்தேன். கண்கள் மங்கலாகிப் போனாலும், மூளையில் ஏழு வண்ணங்கள் தெரிந்தன. மூக்குத் துவாரங்கள் அடைபட்டாலும் சுவாசக் குழாய்கள் சிலிர்த்தன. இதயத் தாளம் கூடியது.

ஆமாம். நான் நெருங்கி வரும் மரணத்தை நோக்கி... கீழ்நோக்கி அதல பாதாளத்திற்குக் குத்தியிறங்கிக் கொண்டிருந்தேன். மூச்சு நின்றுவிட்டது.

அலறியடித்துக்கொண்டு விழித்தேன். வேர்த்துக் கொட்டிக் கொண்டிருந்தது.

வேனலின் கடைசி நாட்கள். 48 டிகிரியில் உலகம் சுட்டுப் பழுக்கின்ற காலம்.

கண்களைக் கசக்கிப் போர்வையை விலக்கிக்கொண்டு எழுந்தேன். அப்போதுதான் வெள்ளைப் படுக்கை விரிப்பில் நான் அதைப் பார்த்தேன். அப்படியா? நாட்கள் தவறி இந்த மாதம் நீ என்னை ஏமாற்றிவிட்டாய். பரவாயில்லை. எப்படியும் மாதம் ஒரு முறை நீ வருவாய்தானே?

கண்ணாடி பார்த்து, முடி சீவி, மினுக்கிக் கூட்டிய பின் உள்ளங்கையைத் தேய்த்து முகத்தைச் சூடாக்கினேன். கண்கள் தடித்திருந்தன. கன்னம் சிவந்திருக்கிறது.

உடம்போடு ஒட்டிக்கொண்ட துணிகளைக் களைந்துவிட்டுக் குளியல் அறைக்குச் சென்றேன். பரிதாபம்தான். ஒரு துளி தண்ணீர் இல்லை. முந்தைய நாள், பக்கெட்டை நிரப்பி வைக்க மறந்துவிட்டேன். குழாயிலிருந்து அந்நேரமும் மூக்கலும் முனகலும் சீற்றமும் வந்துகொண்டிருந்தன. வியர்வையில் நனைந்த அதே உடைகளை மீண்டும் எடுத்து அணிய வேண்டியதாயிற்று. கீழ்ப் பகுதியில் வீட்டுக்காரருடைய குளியலறையில் தண்ணீர் இருக்கலாம். அங்கு சென்றபோது வீட்டுக்காரர் கைவிரித்து விட்டார். கண்ணில் விடக்கூட ஒரு சொட்டுத் தண்ணீர் இல்லையாம்.

நனையும் உடம்போடும், சோர்வடைந்த மனசோடும் சாலையில் இறங்கினேன். சூரியன் உதித்து உயர்ந்துவிட்டது. புலர் வேளையிலேயே சூரியன் பற்றி எரிகிறது. கதிர்கள், எக்ஸ்ரேபோன்று உடம்பைத் துளைத்து ஏறிக்கொண்டிருந்தன. இலைகள் உதிர்த்த மரங்களுக்கு ஊடே நடக்கலானேன். காட்டுத் தீ பரவியது போன்று புற்கள் காய்ந்து கருகிக் கிடக்கின்றன.

மெல்லக் காற்று வீசியது. தூசி கிளப்பியது. காய்ந்துபோன மரக் கிளையிலிருந்து ஒரு காக்கை கத்தியது. தாகம் தாங்காத கரைச்சலாக இருக்கலாம். கடும் வேனலும் வறண்ட குளங்களும் காக்கையை அல்லலுறச் செய்திருக்கலாம்.

ஜன நடமாட்டமற்ற பாதை வழியாக நடந்தேன்.

எவ்வளவு தூரம் நடந்தேன் என்று நினைவில்லை.

"சுமித்ரா ... நீ எங்கே போகிறாய்?" பாதை ஓரத்திலுள்ள வீட்டிலிருந்து குரல் வந்தது. ஓர் இளைஞன், வீட்டு முற்றத்திலுள்ள கிணற்றிலிருந்து தண்ணீர் கோருவதை நிறுத்திக்கொண்டு என்னைக் கூப்பிடுகிறான்.

"சுமித்ரா இங்கே வா!"

எனக்கு யாரென்று புரியவில்லை. பார்த்துப் பழக்கமான முகம். ஆனாலும் புரியவில்லை.

வாசல் கடந்து சென்று முற்றத்தில் நின்றேன்.

ஆழமான கிணற்றிலிருந்து அவர் தண்ணீர் இறைக்கிறார். அண்டாவிலும், குடத்திலும் பக்கெட்டிலும் தண்ணீர் நிரப்பி வைத்திருக்கிறார். எனது உள்ளம் குளிர்ந்தது. மனம் குதூகலித்தது.

ஒரு குடம் தண்ணீரை அப்படியே எடுத்து என் தலை மீது கொட்டிவிட ஆசையாக இருந்தது. கைகள் விறுவிறுப்பாயின.

நான் அவரைப் பார்த்தேன்.

"என்னைப் புரியவில்லையா? நான் பாலச்சந்திரன். நாம் ஒரே காலேஜில் படித்தது உனக்கு நினைவில்லையா?" இளைஞன், துண்டில் கை துடைத்துக்கொண்டு சொன்னான். "நான் எக்னாமிக்ஸ், நீ பாட்டனி."

இளைஞன் சிரித்தபோது கன்னக்குழி தெரிந்தது. அதிலிருந்து எனக்கு யாரென்று புரிந்துவிட்டது.

ஆம்! பாலசந்திரன்; பைனாட்ஸ் பாலச்சந்திரன்.

பாலச்சந்திரன் பைனாட்ஸ் செக்ரட்டரியாக இருந்தார். நல்ல ஓவியர். அழகாகப் பாடக்கூடியவர். மேடைப் பேச்சாளரும்கூட.

"இவ்வளவு சீக்கிரம் என்னை மறந்துவிட்டாயா சுமித்ரா?" பாலச்சந்திரன் கேட்டான்.

     தோப்பில் முஹம்மது மீரான்

அந்தக் கேள்வியைக் கவனிக்காமல் நான் கிணற்றை நோக்கி நகர்ந்தேன். கிணற்றுச் சுவரில் கை ஊன்றிக்கொண்டு கிணற்றிற்குள் பார்த்தேன். ரொம்பவும் ஆழமானாலும் தெளிந்த நீரில் என் முகம் பிரதிபலித்தது. முன்னொரு காலத்தில் சிங்கத்தின் முகம் பிரதிபலித்ததுபோல் குதித்துவிட்டால் என்ன? ஒரு கணம் அவ்வாறு சிந்தனை செய்தேன். முங்கிக் குளித்துவிட்டு மேலே ஏறி வரலாம்.

"சுமித்ரா, என்ன யோசனை செய்கிறாய்?" பாலச்சந்திரன் கேட்டான்.

"வா, உள்ளே போகலாம்."

அது ஒரு சிறிய வீடு. இரண்டு அறைகளும் ஒரு படிப்பு அறையும். சிறு வீடானாலும் வீட்டிற்குள் எல்லாம் அலங்கோலமாகக் காணப்பட்டன. புத்தக அலமாரியில் புத்தகங்கள் தாறுமாறாக ஒழுங்கில்லாமல் கிடக்கின்றன. தலையணைகள் அங்குமிங்குமாகக் கிடக்கின்றன. சாப்பாட்டு மேஜைமீது முந்தைய இரவு உணவு அருந்திய பாத்திரங்கள் அப்படியே கிடக்கின்றன. பாதி குடித்துவிட்டு வைத்த தேநீர் கோப்பை, தூசு படிந்த ஷோகேஸ்.

தேநீர் போடப் பாலச்சந்திரன் அடுப்பங்கரைக்குப் போனான்.

நான் அறையைச் சுத்தம் செய்யத் துவங்கினேன். முதலில் டீப்பாயும் சோபாவும் அதது இடங்களில் எடுத்து வைத்தேன். தூசு தட்டிப் புத்தகங்களை அடுக்கி வைத்தேன். ஷோகேஸைத் திறந்து காட்சிப் பொருட்களை வெளியே எடுத்துத் துடைத்து சுத்தம் செய்தேன். சாப்பாட்டு மேஜையிலிருந்து கோப்பைகளும், பாத்திரங்களும் எடுத்து அடுப்பங்கரையில் வைத்தேன். விளக்குமாறு எடுத்து தரையைக் கூட்டி அள்ளினேன். பக்கெட்டில் தண்ணீர் எடுத்து தரையைத் துடைத்து சுத்தம் செய்தேன்.

"தேநீர் ஆறிப்போச்சு. சூடாக்கித் தரட்டுமா?" பாலச்சந்திரன் கேட்டான்.

"எனக்கு தேநீர் வேண்டாம். வேர்த்துக் கொட்டுகிறது."

கிணற்றை ஒட்டித்தான் குளியலறை. கிணற்றில் ஏராளம் தண்ணீர். துணி எல்லாம் உருவி வீசிவிட்டுக் குளியலறைக்குள் ஓடி தண்ணீர் மொண்டு மொண்டு உடம்பெல்லாம் விட என் மனம் துடித்தது. என்னால் முடியவில்லை. திருமணமாகாத அந்நிய ஆடவனுடைய வீட்டில் – பகல் நேரம் ஓர் இளம் பெண் சென்று குளிப்பது?

குளிப்பதற்கு இது ஒரு குறுக்கு வழி என்று நினைத்து வீடு சுத்தம் செய்ததெல்லாம் பாழ் வேலையாகப் போச்சு.

கொஞ்சம் நேரம் நாங்கள் பேசிக்கொண்டிருந்தோம். பிறகு நான் விடைபெற்றேன்.

மேற்காக நடந்தேன்.

குழாயடியில் பெண்கள் வரிசையாக வாளியுடன் நின்றுகொண்டிருந்தனர். குழாயிலிருந்து நிறையத் தண்ணீர் பாய்ந்துகொண்டிருந்தது. கிழவர் ஒருவர் சற்று விலகித் தண்ணீர் நிரம்பிய தொட்டியின் அருகிலிருந்து குளித்துக் கொண்டிருந்தார்.

மேற்கிலிருந்து காற்று வீசி அடித்தது. கடற்காற்று, உப்புச் சுவையுள்ள சிறு குளிர்ச்சியான காற்று, மீன் ஏற்றிய ஒன்றிரண்டு லாரிகள் கடந்து சென்றன. லாரிகளிலிருந்து ஐஸ் கட்டிகள் உருகின தண்ணீர் ரோடு நீட்டத்தில் கசிந்து ஓடிக்கொண்டிருந்தது.

ஆற்றங்கரை ஓரமாக நான் நடந்துகொண்டிருந்தேன். அழிமுகம் நெருங்கிவிட்டதால் ஆற்றில் நிறைய தண்ணீர். அந்த ஆற்றில் குதித்துக் குளிக்க ஆசையாக இருந்தது. ஆற்றுத் தரையில் மணல் ஏற்ற வந்த லாரியும் தொழிலாளர்களும் உள்ளனர்.

நான் கடற்கரைக்கு நடந்தேன். கடலும் ஆறும் சங்கமிக்கின்றன. காதலர்களைப்போல் கடலும் ஆறும் கட்டித் தழுவுகின்றன. தலை முட்டிச் சிரித்துக் குலுங்குகின்றன.

என்னுடை சேலை, பிடிப்பிற்கு அடங்காதவாறு காற்றில் பறந்துகொண்டிருக்கிறது.

உயரமான ஒரு பாறையின் ஒரு மூலையில் நான் உட்கார்ந்துகொண்டேன்.

சேலையை ஒதுக்கிப் பிடித்துக்கொண்டேன்.

காலத்தையும் வானிலையையும் சவால் விட்டுக்கொண்டு நிற்கும் பெரிய பாறையைக் கூர்ந்து நோக்கியபடி நடந்தேன்.

காற்றின் கடுமையைப் பொருட்படுத்தாமல் நிரம்பிய கண்களுடன் நான் கடலை நோக்கி நின்றேன்.

நிகழ்ந்தது என்னவென்று உண்மையில் எனக்குத் தெரியாது. பார்வையில் படும் திக்கெல்லாம் தண்ணீர். என்னைச் சுற்றி எங்கும் தண்ணீர்.

ஆனால் என்னுடைய அவசரத் தேவைக்கு என்னால் அதைப் பயன்படுத்த முடியவில்லை.

சமநிலைச் சமுதாயம், ஜனவரி 2004

தோப்பில் முஹம்மது மீரான்

அலறும் எலும்புக்குடம்

ஸக்கரியா

அண்மையில் டில்லியிலுள்ள ஒரு நண்பனின் கடிதம் கிடைத்தது. இரகசிய போலீஸ் துறையில் அவன் ஓர் அதிகாரி, அவன் எழுதியிருக்கிறான்:

நண்பா, நீ ஒரு எழுத்தாளன் அல்லவா? சாதாரண துப்பறியும் நாவல் எழுத்தாளன். நான் சொல்லும் நிகழ்ச்சி எவ்விதத்திலாவது உனக்கு பயன்படுமா என்று யோசித்துப்பார். ஞாயிற்றுக் கிழமையானதால் காலையில் நான் சும்மா வராண்டாவில் உட்கார்ந்து வழிப்போக்கர்களைப் பார்த்துக்கொண்டிருந்தேன். அதில் ஒருவர் திடீரென என்னைக் கூர்ந்து பார்த்துவிட்டு கேட்டைத் திறந்து என்னுடைய சிறு பூங்காவிற்குள் வந்தார். தோளில் ஒரு துணி மூட்டை தொங்கவிட்டிருந்தார். கையில் ஆட்டு இடையர்களிடம் இருப்பதுபோல் ஒரு காட்டுப் பிரம்பு. தலையில் ஒரு கட்டு. அதன் மீது ஒரு கம்பிளித் தொப்பி. இந்த சூட்டில்! அணிந்திருப்பது கிழிந்துபோன ஒரு கம்பிளிச் சட்டை காலை இறுக்கிக்கொண்டிருக்கும் பைஜாமா. முப்பது அல்லது முப்பத்து ஐந்து வயது இருக்கும். சிவந்த குறுந்தாடி. இமயமலை சுற்றுப்புறங்களிலிருந்து வருபவர் என்பது தெளிவாகத் தெரிந்தது. உதவி நாடி வந்திருக்கின்றார். அவரைப் பார்க்காதவாறு நான் தொலைவில் பார்த்துக்கொண்டிருந்தேன். சற்று நேரம் எதிர்பார்த்துவிட்டு கனைத்தார். நான் அவரைப் பார்த்ததும் பணிவுடன் வணங்கினார்.

"மன்னியுங்கள் சாப்! சாபுக்கு கொஞ்சம் நேரம் கிடைக்குமா?" அவர் கேட்டார்.

"ஞாயிற்றுக்கிழமைதானே ரொம்ப நேரம் கிடைக்கும். பண உதவி மட்டும் கிடையாது."

அவருடைய முகத்தில் பெரும் ஆறுதல் தெரிந்தது. அவர் கேட்டைத் திறந்து பாதைக்கு நேராக பிரம்பை சுட்டிக் காண்பித்தார். கேட் வழியாக முதலில் ஒரு ஆட்டுக்குட்டி உள்ளே வந்தது. அதற்குப் பின்னால் அறுபது எழுபது செம்மறி ஆடுகள் கொண்ட ஒரு கூட்டம். தண்ணீர் பாய்வதுபோல் என்னுடைய சிறு தோட்டத்திற்குள் நுழைந்தன. வளைந்த கொம்புகளும் செம்பட்டை மூக்குகளும் பூனைக் கண்களும் உடல் முழுதும் அழுக்கும் புரண்ட பஞ்சு உரோமங்கள் உள்ள ஆடுகள்.

"இதென்ன? என் பூஞ்செடிகளையெல்லாம் தின்னுமே?" குதித்து எழும்பிக்கொண்டு சொன்னேன்.

அவர் சொன்னார்:

"பயப்பட வேண்டாம் சாப்! நான் சொல்லாமல் அவை அசையவே அசையாது. வழியில் வைத்து ஏதாவது வாகனங்கள் மோதினால் …"

சில ஆடுகள் என்னைக் கூர்ந்து நோக்குவதாக எனக்குத் தோன்றியது. குற்றுவால்களை ஆட்டிக்கொண்டு அவை ஓர் அகதிக் குழுபோல் என் தோட்டத்தில் பொறுமையுடன் நின்றன.

அந்நேரம் ஆட்டிடையன் தன் கையிலிருந்த துணிக் கட்டை அவிழ்த்துவிட்டுக் கூறினார்.

"சாப், இதன் உரிமையாளரை இந்த நகரத்தில் தேடிக் கொண்டிருக்கிறேன். இதை அவர்களிடம் திருப்பி ஒப்படைத்தால் பெரியதொரு சன்மானம் கிடைக்குமென்று கேள்விப்பட்டேன். சாபுக்கு இதுபற்றி ஏதாவது தெரியுமா? இந்த ஏழையான, படிப்பறிவற்ற எனக்கு ஒரு பெரிய உதவியாகயிருக்கும்."

அவர் துணி மூட்டையை அவிழ்த்தார். ஒரு உடைந்த குடத்தின் துண்டுகளும் கொஞ்சம் கரித்துண்டுகளும் கருகிய ஒரு ஜாமந்தி பூமாலையின் துண்டங்களும் அதில் காணப்பட்டன.

"என்ன இது?" நான் பயந்து பின்வாங்கினேன். "ஏதாவது மந்திரவாதமா?" கேட்டேன்.

"இல்லை சாப்" அவர் ஆடுகளைத் திரும்பி பார்த்துக்கொண்டு கூறினார். இரண்டு வாரங்களுக்கு முன் கங்கோத்திரிக்கு மேல்பகுதியிலுள்ள மலைச் சரிவுகளிலுள்ள புல்வெளியில் ஆடு மேய்த்துக்கொண்டிருந்தேன். ஆடுகள் இலையும் வேரும் கடித்து, பனி உருகிய பிறகு துளிர்விடத் துவங்கிய புல்வெளிகளினூடே வெயிலில் மேய்ந்தன. ஒரு கல்லில் நான் உட்கார்ந்து, வெயில்

                                        தோப்பில் முஹம்மது மீரான்

காய்ந்து உறங்கிவிட்டேன். பிசாசுத்தனமான அலறலும் முழக்கமும் கேட்டு திடுக்கிட்டு விழித்தேன். மலை இடிந்து சாய்கிறது, பனி வெடித்து உருண்டு வருகிறது. பூமி குலுக்கம், உலக முடிவு நாளாக இருக்குமோ என்றெல்லாம் எண்ணினேன். மக்கள் பயந்து, உறைந்துபோய் திரண்டு நின்றனர். ஆகாசத்திலிருந்துதான் இந்தப் பயங்கர உறுமலும் கூவலும் வருகிறது. பயந்துபோய் ஆகாசத்தைப் பார்த்தேன். மேகங்களுக்குப் பின் பக்கம் எங்கேயோ ஏதோ போகவும் வரவும் செய்தது. மனிதனின் பாவம் பெருகி தாங்கவியலாமல் பகவான் கைலாசத்திலிருந்து அலறிக்கொண்டு எல்லாவற்றையும் எடுத்து விழுங்க இறங்கி வருகின்றார். நான் சொன்னேன். 'பகவானே! ஆட்டு இடையன் மீது கனிவு காட்டுவாயாக.' நான் தலைகுனிந்து நின்று வேண்டினேன். 'இந்த ஆடுகளைக்கூட நான் நோக வைக்கவில்லை. இந்தக் காட்டுப் பிரம்பைக் கொண்டு அச்சமூட்டத்தான் செய்தேன். அப்பாவும் அம்மாவும் வயதாகி, நடக்க இயலாமல் வீட்டில் இருக்கிறார்கள். அவர்களுக்கு மேலும் வேதனைகளும் சிரமங்களும் உண்டாகும்படி நீ எதுவும் செய்துவிடாதே. நான் அவர்களுக்கு ஒரே மகன். நான் இல்லாவிட்டால் யாருமறியாமல் அவர்கள் பட்டினியால் இறந்து போவார்கள். நீ என்னை விட்டுவிடு.'

எதிர்பாராமல் திடீரென என் தலையில் ஏதோ வந்து மோதியது. உணர்வற்று கீழே விழுந்தேன். ஆடுகள் என் முகத்தை நக்குவதை உணர்ந்த பிறகுதான் விழித்தேன். என் தலையில் ஒரு பக்கம் வலி எடுத்தது. தொட்டுப் பார்த்தபோது இரத்தம். என் காலடியில் இந்த உடைந்த குடமும் இதற்குள் இந்த கரித்துண்டுகளும் ஜாமந்திப் பூக்களும் கிடந்தன. இதில் ஏதோ இரகசியம் இருக்கிறது. அந்த அலறல்களுக்கும் இவைகளுக்கும் ஏதோ தொடர்பு இருக்கிறது. நான் சொன்னேன். ஆகாசத்திலிருந்து வீழ்ந்தவற்றையெல்லாம் என் போர்வை கொண்டு மூட்டையாக கட்டி எடுத்தேன். தலை சுற்றுவதை பொருட்படுத்தாமல் பத்து மைல் தொலைவில் பால் விற்கின்ற இராணுவ முகாமிற்கு ஓடினேன் இராணுவ வீரர்களிடம் விபரத்தைச் சொன்னேன். முதலில் அவர்கள் உரக்கச் சிரித்தனர்.

அதில் ஒரு இராணுவ வீரன் என்னிடம் மனப்பூர்வமாகவே சொன்னான்:

"டேய் உனக்கு பாக்கியம் உதித்துவிட்டது. இது ஒரு நிதி. இதன் உண்மையான உரிமையாளன் தில்லியில்தான் இருக்கிறான். நீ இதையெல்லாம் எடுத்துக்கொண்டு தில்லிக்குப்போய் தேடிப் பார்த்தால் அவரைக் கண்டுபிடிக்கலாம். அவர் பெரிய மனிதர். போனால் உனக்கு ஏதாவது அன்பளிப்பு தராமலிருக்க மாட்டார்."

வேளாவேளையில் அப்பாவுக்கும் அம்மாவுக்கும் உணவு கொடுக்கும் வேலையை, இராணுவ வீரர்களுக்கு உடல் உறவு கொள்ள அங்கு எப்பவும் சுற்றிப் பற்றி நிற்கின்ற ஓர் ஏழைப் பெண்ணிடம் ஒப்படைத்தேன். ஆனால், இந்த ஆடுகளைக் கவனித்துக்கொள்வது யார்? எனக்கோ அவற்றைப் பிரிய விருப்ப மில்லை. ஆடுகளை மேய்த்துக்கொண்டு இந்த மூட்டையையும் சுமந்து பத்து தினங்களுக்கு முன்பு மலை இறங்கியவன் நான். நேற்றுதான் இங்கு வந்து சேர்ந்தேன். யமுனைக் கரையிலுள்ள புல்வெளியில் நேற்று ஓய்வெடுத்தேன். ஏதோ ஒரு புனிதருக்கு அதன் அருகில் சமாதி கட்டும் பணி நடக்கின்றது. அந்த வேலையாட்களிடமும் அங்கு காவல் நின்றுகொண்டிருந்த போலீஸ்காரர்களிடமும் இந்தக் குடத்தின் உரிமையாளரைப் பற்றி விசாரித்தேன். என்னை, அவர்கள் சந்தேகக் கண்களுடன் பார்த்தார்கள். ஒருசில போலீஸார்கள் அவர்களுக்குள்ளேயே என்னவோ முணுமுணுத்துக்கொண்டனர். ஒரு போலீஸ்காரன் கம்பால் என் ஆடுகளை நோண்டினான். போலீஸ்காரர்கள் சாயா அருந்த சென்ற சந்தர்ப்பத்தில் ஆடுகளையும் கொண்டு அங்கிருந்து தப்பிவிட்டேன். நிதி அல்லவா – சாப், பயப்பட வேண்டிய விஷயம். இன்று மீண்டும் தேடல் தொடருகிறேன். இது ஒரு நிதியாக இருக்கும் பட்சத்தில் என் வாழ்க்கையே மாறிவிடும். இரண்டு வேளைகளிலும் நெருப்பில் சுட்டெடுத்த காய்ந்த ரொட்டியும் கருகிய இரண்டு மிளகாயும் பால் சேர்க்காத சாயாவும் குடித்துக்கொண்டு உயிர் வாழக்கூடிய என் அப்பாவுக்கும் அம்மாவுக்கும், பாசுமதி அரிசிச் சோறும், உள்ளியும் எண்ணெயும் சேர்த்து சமைத்த பருப்பும், மசாலாவும் சேர்த்து பொரித்த உருளைக்கிழங்கும் நான் கொடுப்பேன். பால் முழுதும் விற்றுவிடாமல் கொஞ்சம் மீதிவைத்து அவர்களுக்கு பால் சாயா கொடுப்பேன். இவைகளுக்காக இரவுக்கு தலைக்கு மேல் புல்வேய்ந்த ஒரு ஆலை நிர்மாணிப்பேன். இந்த நிதியின் சொந்தக்காரரைக் கண்டுபிடிக்க எனக்கு உதவி புரிய வேண்டும் சாப். சார்! உங்கள் முகம் இரகசியங்கள் தெரியக்கூடிய ஒருவருடைய முகமாகும். அவர் என் பாதங்களைத் தொட்டார். நான் நடுங்கித தெறித்துவிட்டேன். இரகசியங்களைத் தெரியக் கூடிய முகம், என்னுடையதோ. அப்போது, என்னைப் பார்த்தால்? நான் என்னுடைய நிம்மதியின்மையை அடக்கிக்கொண்டேன். மலை முகட்டிலுள்ள குளிர்ச்சியான தளிர்புற்கள் வழியாக நடந்த ஆடுகள் என்னுடைய 43 டிகிரி சூடுள்ள தோட்டத்தில் மிரண்டுபோய் நிற்கின்றன. என் மனைவியிடம் சொன்னேன். இவருக்கு ஒரு கோப்பை சாயா கொண்டு வா என்று. இந்த ஆடுகளுக்கு கொஞ்சம் தண்ணீரும்.

                                    தோப்பில் முஹம்மது மீரான்

அவள் இருண்ட முகத்துடன் சாயா கொண்டுவந்து வைத்துவிட்டு ஆடுகளைக் கூர்ந்து நோக்கி தலையை வெட்டித் திருப்பிச் சென்றாள். நான் ஒரு வாளியை முற்றத்தில் வைத்து அதில் தோட்டத்திற்கு தண்ணீர் பாய்ச்சும் குழாயை திறந்துவிட்டேன். ஆடுகள் அதிலிருந்து வயிறு நிரம்ப தண்ணீர் குடித்தன. அவை ஒன்றன் பின் ஒன்றாக தண்ணீர் குடித்தபின் என் கண்களைப் பார்த்தன.

இடையன் சாயா குடித்தபிறகு நான் அவரிடம் சொன்னேன். "நண்பா, இது நிதியெனத் தோன்றவில்லை. எவரோ ஒருவருடைய எலும்புக் கூட்டின் நொறுங்கல்களாகும். இதற்கு யார் விலை தருவார்?" என் மனசில் பட்ட சில சந்தேகங்களை நான் அவரிடம் சொல்லவில்லை. நான் ஒரு இரகசிய போலீஸ்காரன் அல்லவா?

"ஆகாசத்திலிருந்து விழுந்தது சாப்" அவர் சொன்னார்: "என்னைத் தேடி வந்ததுபோல், பட்டினிக்காரனுடைய விதியை அடையாளம் தெரிந்து தந்ததாக இருக்காதா? இல்லாவிட்டால் நான் இந்த ஆடுகளையும் கொண்டு மீண்டும் என் வறுமையைத் தேடி மலை ஏற வேண்டுமா? இங்கு இருந்துகொண்டல்லவா சாப் இந்த இந்துஸ்தானத்தை முழுதும் ஆட்சி செய்வது. அவர்களில் யாராவது ஒருவருடைய தவறவிடப்பட்ட நிதியல்லவா சாப். இந்த கரித்துண்டுகளும் எலும்புத் துண்டுகளும் ஒருக்கால் வைரங்களும் மாணிக்கமுமானாலோ? அவர்கள் அதற்காக எனக்கு ஒரு சிறு தொகை தந்தாலும் நான் பட்டினி கிடக்காமல் திரும்பிச் செல்வேன்."

நான் உள்ளே சென்று மனைவிக்குத் தெரியாமல் நூறு ரூபாய் நோட்டு ஒன்றை எடுத்து வந்து கையில் சுருட்டிப் பிடித்துக்கொண்டு, "உங்களுக்குத் திரும்பிச் செல்ல எத்தனை ரூபாய் வேண்டும்?" என்று கேட்டேன். அவர்: "சாப்! திருப்பி மலை ஏறுவதற்கு 15 தினங்கள் வழித் தொலைவுண்டு. ஆடுகளுக்கு வழியில் புல் வாங்க வேண்டும். எனக்கு ரொட்டி வாங்க தினமும் மூன்று ரூபாய்க்கு மேல் தேவைப்படாது" என்று சொல்லிவிட்டு அச்சத்துடன் என்னைப் பார்த்தார்.

நூறு ரூபாய் நோட்டை அவருக்கு நேராக நீட்டிக்கொண்டு சொன்னேன்: "நண்பா, நீங்கள் தில்லியில் நடத்தும் தேடல் பயன் தராது என்று தோன்றுகிறது. சிலவேளை அது ஆபத்தாகலாம். இந்த எலும்புக் குடத்தை நிதியென்று சொல்லி இராணுவத்தினர் உங்களை ஏமாற்றிவிட்டனர். இது இனி இங்கு விலை போகாது. இது பயன்படாது. இது விஷயத்தை யாரிடத்திலும்

சொல்லாமல் திரும்பிப் போவதுதான் நல்லது. இதுதான் என் அறிவுரை. இனி எலும்புக்குடங்கள் ஆகாசத்திலிருந்து உங்கள் தலையில் விழாமலிருக்க நான் பிரார்த்தனை செய்கிறேன். இராணுவத்தினர் சிரிக்கலாம். காரணம் எலும்புக்குடங்களை வீசுவது அவர்களல்லவா !"

அவர் என்னை ஆச்சரியத்தோடும் வேதனையோடும் பார்த்தார்.

"இது உண்மையா சாப்?" என்று கேட்டார்.

"ஆமா" நான் சொன்னேன்: "இந்த உண்மைகள் தெரியாமல்தான் தில்லியிலுள்ள எலும்புக் குடங்கள் உங்கள் தலையில் விழுவதும், உங்களையும் இந்த ஆடுகளையும் நீண்ட அலைச்சலுக்கு தள்ளிவிடுவதும். திரும்பிச் சென்று இராணுவ வீரர்களின் காமவெறியைத் திருப்திபடுத்தும் தேவடியாள்களின் பராமரிப்பிலிருந்து அப்பாவையும் அம்மாவையும் மீட்டு எடுங்கள். சிலவேளை அவர்களுக்கு உணவு கொடுப்பதற்கு தினமும் செல்ல அவளை இராணுவ வீரர்கள் அனுமதிக்காமலுமிருக்கலாம்."

அவர் தயங்கியபடி அந்தப் பணத்தைப் பெற்றுக்கொண்டார். அதற்குப் பின் தலை, தரையில் மோதும்படி குனிந்து வணங்கினார். முதலில் வந்த ஆட்டுக்குட்டியை தூக்கி எடுத்து எனக்கு நேராக நீட்டினார். "சாப், இந்த ஆட்டுக்குட்டியை என்னுடைய அளவற்ற நன்றிக்காக வைத்துக்கொள்ளுங்கள். இவள் வளர்ந்து தங்களுக்கும் அம்மாவுக்கும் குழந்தைகளுக்கும் நிறைய பால் தருவாள். மிதியோ உதையோ பெறாத ஒரு தாயின் நற்குணமுடைய மகள் இவள்."

நான் சொன்னேன்: "வேண்டாம். இவள் இந்த நகரத்தின் கொடூரத்தில் கருகிப்போவாள். ஒரு வீட்டு மிருகத்தை வளர்ப்பதற்கு இங்கு யாருக்குமே தெரியாது. இவள் மலைமேல் குளிர்காற்றில் துளிர்புற்கள் தின்று, இந்த வறட்சியான பயணத்திற்குப் பின் மகிழ்ச்சியாக இருக்கட்டும்." மனைவியின் கறுப்பு முகம் வாசலின் பின்பக்கமிருந்து என்னைப் பார்த்தது.

இடையன் சொன்னான்: "நான் விடைபெறுவதற்காக வணக்கம் சொல்கிறேன் சாப். இனி நான் ஒருபோதும் தில்லிக்கு வரமாட்டேன். இது ஒரு பெரிய நகரம். இந்துஸ்தானிலுள்ள பிரபுக்களின் இந்த நகரத்திற்கு இப்படியாவது வருவதற்கு வாய்ப்பு கிடைத்ததே சாப் எப்போதாவது மலை ஏறும்போது என்னுடைய மலைச்சரிவிற்கு வரவேண்டும் – கிராமத்திற்குப் பின்னால்." இடையன் துணிமூட்டையைத் தூக்கினார்.

நான் சொன்னேன்: "கரித் துண்டுகளைத் திருப்பி சுமக்க வேண்டாம். தோ, அதோ தெரிவது என்னுடைய உரக்குழி.

                                           தோப்பில் முஹம்மது மீரான்

அதற்குள் தூக்கி வீசி விடுங்கள் அதன் மூலம் ஒரு நன்மையாவது கிடைக்கட்டும்.

அவர் கரித்துண்டுகளையும் எலும்புத் துண்டுகளையும் வீசிக்கொண்டு, போர்வையைக் குழாயடியில் நனைத்துத் தோளில் போட்டார். "மனசிலிருந்தும் உடலிலிருந்தும் பெரும் பளு ஒன்று இறங்கிவிட்டது சாப்." என்றார். "ஒரு தூய்மை கலந்ததுபோல." பிறகு என்னை மீண்டும் வணங்கிவிட்டு ஆடுகளுடன் வாசலுக்கு வெளியே சென்றார்.

எழுத்தாளரே! இந்த ஆட்டிடையனுடைய பயணத்தால் உனக்கு ஏதேனும் பயன் கிடைக்குமா என்று யோசித்துப் பார். நீ எப்போதாவது உன்னுடைய அந்த பொந்திலிருந்து வெளியே வந்தால் தில்லியும் பார்த்துவிட்டு, வேண்டுமானால் கங்கோத்திரிக்கு மறுபக்கமுள்ள அந்த இடையனுடைய கிராமத்திலும் நமக்குப் போகலாம். எனக்கு அந்த ஆட்டுக் குட்டி எந்த அளவிற்கு வளர்ந்திருக்கிறது என்று பார்க்க ஆசையாயிருக்கிறது. –இப்படிக்கு உன் பிரிய நண்பன்.

நான் ஒரு காகிதம் எடுத்து எழுதினேன். இரகசிய போலீஸ் காரனாகிய என்னுடைய நண்பனே, உன் ஆட்டிடையனின் கதைக்கு போதிய கட்டிறுக்கமில்லை. ஆகாசத்திலிருந்து வரும் அலறலும் உறுமலும் நல்லதுதான். ஆட்டுக்குட்டி ஒரு நல்ல கதாபாத்திரம். ஆனால், எழுத்துக்கு பயன்படாது. எனது துப்பறியும் வரலாறுகளுக்குத் தேவைப்படுவது நீயல்லவா. இரகசிய போலீஸ்காரா! உண்மையைத் திறந்து பேசு. உண்மையாக அந்தக் குடத்தில் இருந்தது என்னவாகும்? எதுவுமாகட்டும். அந்த எலும்புக் குடத்தை பின்தொடர்ந்து ஒரு பிரேதம் உன் வீட்டில் பேயாக கூடுவதும், இரகசிய போலீஸ்காரனுக்கும் பிரேதத்திற்குமிடையிலான மோதல் – அதில் ஒரு கதைக்குண்டான வாய்ப்பு இருக்கிறது. தில்லிக்கு வருவதற்கு மனமில்லாமலில்லை. நான் பயணம் செய்துகொண்டிருந்தால், புத்தகம் எழுதுவது இருக்கட்டும்; இங்கேயுள்ள விவசாயத்தை யார் கவனிப்பது?"– இப்படிக்கு உனது அன்பு நண்பன்.

கடிதத்தை தபால் பெட்டிக்குள் போடும்போது நான் மகிழ்ச்சியுடன் சிந்தனை செய்துகொண்டிருந்தேன். அவன் ஒரு போலீஸ்காரன் ஆனாலென்ன, ஆகாசத்திலிருந்து எலும்புக்குடம் விழுந்ததாக நம்பவும் ஆட்டுக்குட்டியைப் பற்றி கவலைப்படவும் திறமையுண்டல்லவா? அவனுக்கு விடுதலை உண்டு. ஹ . . . ஹ... ஹ... எலும்புக்குடம்! ஆகாசத்திலிருந்து! இந்த என்னிடம்!

சமநிலை சமுதாயம், டிசம்பர் 2008

கறுப்பு தேச வரைபடத்திலுள்ள பறவை

அர்ஷாத் பத்தேரி

அனாதைகளாக ஆக்கப்பட்டவர்களின் ஆத்மாவின் புலம்பலாக, மழை பெய்கிறது. பால் மாட்டிற்கு புல் அறுப்பதற்காக மதியம் போன ஆயிச்சும்மாவைப் பற்றி யாரும் கவலைப்படவே இல்லை. உம்மாவும் சகோதரிகளும் வேறு யாரும். ரொம்ப நேரம் அடித்துத் தகர்த்தபின் மழை காற்றுடன் எங்கோ போய் மறைந்தது. சாபம் இடப்பட்ட ஒரு தாயின் கண்ணில் இருந்து வருவது போல வடிந்துகொண்டிருக்கும் மழையில், தலையில் பெரிய புற்கட்டும் சுமந்து வயல் வரப்பு வழியாக அவள் வந்துகொண்டிருந்தாள். ஈரமான புற்கட்டைத் தொழுவத்தில் போட்டுவிட்டுப் பரபரப்போடு வீட்டுக்குள் அவள் நுழைய முனையும்போது, உம்மாவின் குரல் ஒரு கட்டளைபோன்று, ஆயிச்சும்மாவின் முன்னால் வந்து விழுந்தது.

"ஆயிச்சு, அந்த விறகை எடுத்துப் பிளந்து போடு! மழை குறைஞ்சாச்சில்ல" எதிர்ப்பின் மெல்லிசான சாயல்கூட வெளிக்காட்டாமல் ஆயிச்சும்மா, முற்றத்தில் இறங்கினாள். பொழிந்துகொண்டிருக்கும் மழையில், சுற்றுப்புற உணர்வில்லாமல், பெரியதோரு மரக்கட்டையைக் கோடாலி கொண்டு வெட்டிப் பிளந்தாள் விறகிற்காக.

"என்ன மாமி, மாங்காய் வேணுமா?"

"உம், வேணும்!" நான் கொடுத்த பிஞ்சு மாங்காயின் நெட்டைக் கூட கிள்ளி எறியாமல் மாமி தின்றாள். மீண்டும் கொடுப்பதற்காக முயன்றும், சிறு பருவத்தின் சேட்டை மனம் மாமியை சும்மா ஆசை காட்டிக் கொடுக்காமல் ஏச்சுக் காட்டியதும் . . .

"இந்த, சாயா", குளிர் எடுத்து விழுங்கும் நேரம் சூடான கடும் சாயா எனக்குத் தரும்போது, கோடாலியால் விறகு கீறும் ஆயிச்சும்மாவிடம், உம்மா கேள்விகள் கேட்டாள். கீறிய விறகுகளைச் சாய்ப்பில் போட்டுவிட்டு, குளிரில் நடுங்கி நிற்கும் ஆயிச்சும்மாவிற்கு, மீண்டும் உம்மா கட்டளையிட்டாள்.

"குடிக்கக் கொஞ்சம்கூடத் தண்ணி இல்லை. இரண்டு குடம் தண்ணீர் கொண்டுவா". எதிர்ப்பு தெரிவிப்பதற்கு முனைந்த என் குரலை, உம்மாவின் முகம் அழுக்கிவிட்டது.

மழை பெய்வதற்குத் தயாராகும் நேரம்; வாப்பாவுடன் தலையைத் தாவணிகொண்டு மறைத்து, கழுத்தோடு சேர்த்துப் பிடித்துக்கொண்டு, பரிச்சயமின்மையின் தயக்கமின்றி, திண்ணையில் ஏறி வந்த ஆயிச்சும்மாவின் உடல் தளதளப்பும், பெரிய கண்களில் இருந்த ஒளியும் எங்குபோய் மறைந்தன? வாப்பா, ஆயிச்சும்மாவை சுட்டி என்னிடம் கேட்டார்.

"வாப்பாவுக்குத் தெரியுமா இது யாரென்று . . ?"

"தெரியாது."

"வாப்பாவுடைய ஒரு சகோதரி. உனக்கு மாமி."

"வாப்பு வா" ஆயிச்சும்மாவின் திறந்த வாய்ச் சிரிப்பில் புழு விழுந்த பற்களும் கருப்பு உதடுகளும் எனக்குள் வெறுப்பை உண்டுபண்ணின.

"மோனே?". திடீரெனக் கேட்ட கூப்பிடுதலில் நான் வழுக்கி விட்டேன். நினைவில், இரகசிய அறையில் கிடக்கும் தலை உயர்ந்தபோது, ஒட்டிய கன்னத்தில் மெல்லிய சிரிப்பு.

"என்ன மாமி."

"மீன் வாங்கிட்டு வர அக்கா சொன்னாங்க." இருள் கயங்களுக்குள் ஆழ்ந்து செல்லும் என்னை ஆயிச்சும்மாவின் நீண்டு மெலிந்த கழுத்தும், குழியில் சிக்கிப்போன கண்களும் மாட்டியிருந்தன. சுருட்டி மடித்த ரூபாய் நோட்டை எனக்கு நேராக நீட்டியபோது இற்றுக்கொண்டிருக்கும் விரல்களும், ஏராளம் கோடுகளும் குறிகளும் நிறைந்த நகங்களில் அப்பிக்கொண்டிருக்கும் அழுக்குகளும்.

"மாமி உங்களுக்கு குளிச்சால் என்ன?" கன்னத்திலுள்ள மென்மையான புன்னகை மாய்ந்தது. பதிலுக்குப் பயத்தின் நிழல் திரண்டது. கண்கள் துடித்தன.

"நான் நாளை குளிக்கிறேன்." பயம் நெருங்கிய ஆயிச்சும்மாவின் குரல் நெருப்புக் கொள்ளியாக என்னைக் குத்தியது. அச்சத்தில் அரைஞாணும் பணிவின் உடையும் ஆயிச்சும்மாவுக்கு அணிவித்தது யார்?

"வீசுது, ஆயிச்சும்மா உன் தலை, நீ தலையில் எண்ணெய் தேய்க்கிறதில்லையா?"

"தினமும் குளிக்கக் கூடாதா?" கெட்ட வாடை வீசும் தலையிலிருந்து மனம் குமட்டலில்லாமல் உம்மா பேன் எடுத்துக்கொண்டிருக்கும்போது, சிக்குப் பிடித்த அவள் முடியயைச் சீவித் துப்பரவு செய்யும்போது, தேய்த்துக் குளிப்பாட்டும்போது நான் நினைப்பதுண்டு. அசுத்தமும் மறதியும் எல்லாம் ஆயிச்சும்மாவின் உணர்வு மண்டலத்தில் இடம்பிடித்தது எப்போது?

"அல்லாஹ்! அடிக்காதீங்க அக்கா ... அடிக்காதீங்க ... நான் உறக்கப் பாயில ஒண்ணுக்குப் போகமாட்டேன்." காலையில் உறக்கத்தைக் கலைக்கும்படியான ஆயிச்சும்மாவின் கூப்பாடுகள்.

"நீ தெரிஞ்சுதானா?"

இரவு அவள் உறங்கச் செல்லும்போது, உம்மா சொல்வதுண்டு.

"ஒண்ணுக்குப் போய்ட்டு வந்து படுத்துக்கோ, கல்யாணம் பண்ணிக் கொடுக்கவேண்டிய பருவம்." ஆயிச்சும்மா தலை அசைத்துச் "சரி" என்பாள்.

காலையில் நனைந்து வடியும் பாயும் போர்வையும் தந்திரமாக மடித்து வைப்பதற்கிடையில் சிறுநீரின் வாடை வீட்டிற்குள் நிரம்பி நிற்கும்.

"ஏடி கழுதே! உனக்கிட்டதான் கேக்குறேன். தெரிஞ்சுதானா நீ மூத்திரம் பெய்தது?" மீண்டும் கிடைத்த உதையின் சூட்டில் ஆயிச்சும்மாவின் பதில் பதறியது.

"தெரிஞ்சுதான் அக்கா, தெரிஞ்சுதான்". பிறகு, அடிகளின் எண்ணிக்கை அதிகரித்தன. ஆயிச்சும்மாவின் உரத்த கூப்பாடுகள், விம்மல்கள்.

"கல்யாணத்துக்குப் போகல்லியா?" உம்மா கேட்டாள்.

   தோப்பில் முஹம்மது மீரான்

"இல்லை." கண்ணாடியில் பார்த்துக்கொண்டு, ஆயிச்சும்மா தலையைப் பின்வாங்கினாள். சகோதரியின் குழந்தையை அள்ளியெடுத்துக் கொஞ்சும்போது, ஆயிச்சும்மாவின் முகத்தில் மின்னி மறைந்த பிரகாசம் எதுவாக இருந்தது – கண் கலங்கியதா? அடி வயிறு துடித்தனவா?

கடந்த காலத்தின் காகிதத்தில் ஆயிச்சும்மாவின் குறுகிய பொற்காலம் சப்தமிட்டது. முதல் விருந்துக்காக வந்த ஆயிச்சும்மா, சிரித்தும் பல பல கதைகள் பேசியும், உணவு பரிமாறியும் வீடெங்கும் நிரம்பி நின்றாள்.

"எப்படியோ ஆயிச்சும்மா உனக்கு இப்படி ஒரு பாக்கியம் கிடச்சுதே. இந்தப் பருவத்தில்!" பக்கத்து வீட்டுக்காரியுடைய சொற்களில் சிக்குண்டு, ஆயிச்சும்மா நாணிப் போனாள்.

"அவொ நல்ல இடத்துக்கு போயிட்டாள்! ஆண்டவன் காப்பாத்தட்டும்." வாப்பா சொன்னார்.

ஆனால், மழை பெய்துகொண்டிருந்த ஓர் இரவில், சிலருடன் அளியாக்காவும் ஆயிச்சும்மாவும் வந்தனர்.

"வேலை செய்யப்போற ஒரு ஆணானால் பரவாயில்லை. ஒரு பொண்ணு இப்படித் தின்பாளா?" ஓட்டுக் கூரை மீது மழைத் துளிகள் விழுந்தன.

"நமக்கு ஏதாவது ஒரு வழி செய்யலாம்." வாப்பா கெஞ் சினார்.

"என் குழந்தை பாயில ஒண்ணுக்குப் போனா நான் சகிப்பேன். பெஞ்சாதியானா ... நான் ஒரு ஆண் அல்லவா? எவ்வளவு நாள் மூத்திரப்பாயில கெடப்பேன்?" அளியக்கா வெடித்துச் சிதறினார்.

"நாங்க தலாக் சொல்ல வந்திருக்கோம்." பள்ளி வாசல் காஜி சொன்னார். மவுனம் அந்த முடிவுக்கு ஒப்புதல் கொடுத்தது. தலாக் சொல்லிவிட்டு அளியக்கா இறங்கிச் செல்லும்போது, வாசலை ஒட்டி நின்ற ஆயிச்சும்மாவின் முகபாவனை சொன்னது என்ன?

"உன் வயித்துக்குள்ளே ஆட்டுக்குட்டி கிடக்குதா ஆயிச்சு?"

அவளுக்குச் சோறு பரிமாறி முடிக்கும்போது, உம்மா கேட்கக்கூடிய கேள்வி; எவ்வளவு சாப்பிட்டாலும், வயிறு நிரம்பாமல் அவர்கள் சாப்பிட்ட மிச்சம் வரும் உணவை எல்லாம் தன்னுடைய பாத்திரத்தில் போட்டு அள்ளித் தின்னும் ஆயிச்சும்மாவிடம் உம்மா சொன்னாள்:

"ஆயிச்சு, நீ இங்கு வச்சு எவ்வளவு வேண்டுமானாலும் சாப்பிட்டுக்கோ. நாளை வேறெ ஒருத்தனோட வாழவேண்டிய பொண்ணு. மறந்துடாதே."

கருகிவிட்ட சிறு பருவத்தின் இடைவழியிலிருந்து, ஆயிச்சும்மாவிடம் குடி புகுந்ததுதான் இந்த உணவு மீதான பேராசை.

"வீட்டுக்கு முன்னாடி இப்படி இருக்கக்கூடாது ஆயிச்சு. உள்ளதும் இல்லாம போவும்."

எதிர்பார்ப்பின் வேர்களை அறுத்துக்கொண்டு ஆயிச்சும்மா கூலி வேலைக்குப் போனாள். வாப்பா ஏசினார். உதைத்தார். இருந்தும், ஒரு வைராக்கியம் போல், கொடுத்து முடிக்க வேண்டிய கடன் போன்று கிடைக்கும் ரூபாயுடைய கணக்குகள் சொல்லாமல் ஒரு பகுதி கூட நீக்கிவைக்காமல் வாழ்க்கையில் உள்ள ஆசைகளைப் பற்றிக் கவலைப்படாமல் ...

"சொல்லுடி யாரென்று?"

"மெதுவா பேசுங்கோ ... மற்றவங்க கேப்பாங்கோ."

வாப்பா உரக்கக் கத்தியதால் உம்மா தாழ்ந்த குரலில் எச்சரித்தாள். அறைக்கு வெளியே கேட்காதபடியான உரையாடல்கள். ஆயிச்சும்மாவின் விம்மல்கள். எந்த முன்னெச்சரிக்கையும் இல்லாமல், வீட்டுக் கூரையில் மழைத் துளிகள் வீழ்ந்தன. போகப்போக, மழையின் ஓசை உரத்தது. மழை வீட்டைச் சுற்றி மட்டும்தான் பெய்வதாகத் தோன்றியது.

"உன்னை இந்தச் சதி செய்தது யார்? சொல்லு." வாப்பாவின் அலரல், மழை ஓசையில் மறைந்தது.

"ஆயிச்சு, கொத்தனார் வர்க்கீஸா? கல்குவாரியிலுள்ள பசீரா? அன்று மலையில் வேலைக்கு போனப்பம், உன் கூட வந்த குமாரனா? யார்?"

கேள்விகளெல்லாம் பதில் இல்லாமல் அடங்கின. யார் அவர்? தன்னுடைய ஆசைகளுக்கு நிறம் பூசிய அவருடைய பெயர், உம்மா முறைத்துப் பார்த்தால் நடுநடுங்குகின்ற ஆயிச்சும்மா, சொல்லவில்லை. அது தன்னுடைய உரிமை என்று ஆயிச்சும்மா மவுனத்திலேயே உறுதிப்படுத்திக் கொண்டாள். தானும் ஒரு பெண் என்பதை வெளிப்படுத்துகிறாளா?

"வாப்பு ..."

"என்ன?" எதிர்பாராமல் கேட்ட வாப்பாவின் அழைப்பு சிந்தனையின் உள் அறைகளில் எதிரொலித்தது. "குழந்தை

                    தோப்பில் முஹம்மது மீரான்

அழுவது, கேக்கல்லியா?" வாப்பா கோபப்பட்டார். மெலிந்து ஒட்டிப்போய் எலும்புக் கூடான ஆயிச்சும்மாவின் குழந்தையின் அலறல்.

"ஆயிச்சு ... இப்பம்தானே ஒரு சட்டி நிறைய கஞ்சி குடுத்தேன்? இருந்துமா கெடந்து அலறுது? என்ன படைப்பு அல்லா இது?" உம்மா ஆச்சரியப்பட்டாள்.

"உன்னைப் போலத்தானே ஆயிச்சு உன் குழந்தையும். எவ்வளவு தின்னாலும் வயிறு நிறையாது."

வாப்பாவின் ஆவலாதி. அழுதழுது அழுகி நாறி, குழியில் விழுந்து கிடக்கும் குழந்தையின் கண்கள். நெஞ்சு எலும்பு ஒரு தேன்கூடு போல். திண்ணையில் சிமெண்டு தரையில் மூத்திரத்திலும் மலத்திலும் கிடந்து இழையும் குழந்தையின் சித்திரம். உறவினர்களுக்கும் அண்டை வீட்டுக்காரர்களுக்கும் புதிய ஒரு சர்ச்சைக்கான விசயமாக வளர்ந்தது. அனுதாபமும் ஏளனமும் கலந்து, அவர்கள் பிறரிடம் அந்த விசயத்தைப் பரிமாறினர். அகக் கண்கள் சவக் கிடங்கு ஆனவர்களுக்கு, ஆயிச்சும்மா ஒரு அற்புதப் பொருளாகப் பரிணாமம் கொண்டாள். வீட்டுக்கு உறவினர்களுடைய, உற்றவர்களுடைய பிரவாகம்.

"என்ன உஸ்மான்?" உம்மா, வீட்டு முன்தளத்திற்குச் சிரித்தபடி வந்தாள்.

"இது என் மச்சினன். துபாய்க்குத் திரும்பி போறார். நண்பர்களிடம் காட்ட இந்தக் குழந்தையுடைய கொஞ்சம் புகைப்படங்கள் எடுக்க வந்தோம்."

உம்மாவின் முகம் வாடியது. சிறு விசும்பலுடன் துடிக்கிற கண்களுடன் ஆயிச்சும்மா உள்ளே சென்றாள். ஆட்களின் வருகை பெருகியது. வேக வைத்த வாழைப்பழும் நிரம்பிய பாத்திரத்தைப் பார்த்துச் சிரித்துக் கொண்டிருக்கும் குழந்தையுடைய முகத்திற்கு நேராக, அவர் காமிராவைப் பிடித்தார். கிராமத்திலுள்ள கவிஞருடன் வந்த பரிச்சயமில்லாதவரை, எல்லோரும் பார்த்தனர். "இவர் பத்திரிகையாளர். அவருக்குக் குழந்தையுடன் கொஞ்சம் புகைப்படங்களை எடுக்கணும்; பாக்கியம் உண்டுமானால், ஏதாவது மாத இதழில் அட்டைப் படமாக வரலாம்."

பழங்களைத் தின்று காலி செய்த பாத்திரத்தில், ஈர்க்குச்சி போன்ற கை ஊன்றி கனி உட்கார்ந்திருந்த போது, அவனுடைய முதுகு எலும்பு, வில் போன்று வளைந்து காணப்பட்டதை கவிஞனின் நண்பன், காமிராவில் ஒத்தி எடுக்க மறந்துவிடவில்லை. மவுனம் மட்டும் எஞ்சிய அந்தச் சந்தர்ப்பத்தில் திடீரென குழந்தையின் அழுகை ஒலித்தது. உம்மா, அங்கிருந்து பின்

வாங்கிவிட்டாள். பல வாரங்களாகப் பட்டினி கிடப்பவனைப் போன்று அவனுடைய வயிறு உள்ளே ஒட்டிப் போயிருந்தது. விலா எலும்புகள் வெளியே தள்ளி வந்து, ஒரு குகை வாயில் போன்று காணப்பட்டது.

மாமிசங்கள் இழுபட்டு முறுக்கேறின. கண்கள், பெயர்ந்து விழுவதற்காக... கழுத்து, உடலோடு ஒட்டிப் போய், உடம்பினுள் அனைத்து எலும்புகளும் எண்ணித் திட்டப்படுத்தும்படியான பருவத்தில், நரம்புகள் வெடித்துச் சுழன்று நெறிப்பதற்காக துறுத்தி நின்றன. உடனே மலமும் மூத்திரமும் ஒருசேர வெளியேறின. அவன் வேறு ஏதோ ஒரு உயிரினமாக பரிணமித்துக் கொண்டிருந்தான். ஃப்ளாஷ்கள் மின்னின. பலமுறை, ஆயிச்சும்மா வந்து குழந்தையை எடுக்கும்போதும் அவை மின்னிக்கொண்டுதான் இருந்தன.

"ஆயிச்சு. இந்தப் பழுத்தையயும்கூட அவன் தொண்டைக் குழியில் குத்தி இறக்கு. திங்கட்டு, தின்னு சாவட்டு". அங்கு குழுமி நின்றவர்கள் சிரித்தனர். உம்மா அவர்களுக்கு நேராகப் பார்வையைச் செலுத்தினாள்.

"ஏய் பொட்டச்சிகளே ... உங்களுக்கு வேற வேலை கிடையாதா? இறங்கி நடக்குதாளுவளே. போங்கோ. ஏய் போட்டோ எடுத்தவனே. நீயும் போ." உம்மாவுக்கு எங்குமில்லாத கோபம்.

"அக்கா, இவர் பத்திரிகையிலிருந்து வந்தவர்." கிராமத்துக் கவிஞர் சொன்னார்.

"எங்கே இருந்து வந்தா எனக்கென்ன? நீயும் போ."

கூடி நின்றவர்கள் முகம் மழை பெய்யப் போகும் வானமானது. சொற்கள் இழந்தவனுடைய கண்களிலிருந்து இற்று வீழ்வதுபோல் தூறும் மழையில் எல்லோரும் கலைந்தனர்.

"தொடங்கியாச்சா எழுவு மழை."

உம்மா மழையோடு கோபித்துக்கொண்டாள். இரவு எப்போதோ மழை கொட்டியது. மழையின் முழக்கத்தில் ஆயிச்சும்மாவின், குழந்தையின் அலறல்கள் இல்லாமலாயின. ஆயிச்சும்மா தெரியவில்லை. யாருமே தெரியவில்லை. காலத்தின் இருள் குகையில் அந்த அழுகை தன்னை மறைத்தது. பருவத்தை விடப் பெரிய பசியோடு, பதில் இல்லாத கேள்வியாகப் பார்வைக்கு ஒரு காட்சிப் பொருளாக முடிவில் எடுத்துக்காட்டுக்கான ஒரு நினைவுச் சின்னமாக...

                    தோப்பில் முஹம்மது மீரான்

"ஆயிச்சு. முகம் மறைக்கப் போறோம். உனக்குப் பாக்கண்டாமா?" உம்மாவின் அழுகைக் குரல் அறைக்குள் முழங்கியது. வெள்ளைத் துணியால் சுற்றப்பட்ட குழந்தையின் சலனமற்ற உருவத்தை ஆயிச்சும்மா பார்க்கவே இல்லை. இனி காய்ந்து ஒட்டிப் போன மார்பை அமுக்கி, பால் பிழிய வேண்டியதில்லை. குழந்தையை உறங்கச் செய்ய, சின்ன பாட்டுகள் பாட வேண்டியதில்லை.

"ஆயிச்சு, ஒரு கண் பார்க்கண்டாமா உனக்கு." கூட்டமாகக் குரல் எழுந்த போதும், ஆயிச்சும்மா ... அசையவில்லை. சாரல் மழை ஒரு இரங்கலாக அறைக்குள் வந்தது. கூடி நின்றவர்களின் கண்கள், நிரம்பின. ஆயிச்சும்மா மட்டும் அழவில்லை. நடுங்கவில்லை. தேம்பக்கூட இல்லை. ஒரு திசையை நோக்கி உட்கார்ந்திருக்கும் அந்தக் கண்களிலுள்ள நீர் முழுவதும் ஊற்றிக் குடித்தவர்கள் யாரோ? திடீரென சாரல், வலுவான மழையாக வளர்ந்தது. வைராக்கியத்துடன், ஆண்டுகளாகக் கட்டி நிற்பதுபோன்று, மழை அலறிப் பெய்துகொண்டிருந்தது.

சமநிலைச் சமுதாயம், ஜூலை 2004

திருத்தம்

என்.எஸ். மாதவன்

நெருப்பு அணைந்துவிட்ட பைப்பை வாயிலிருந்து எடுக்காமல் அல்லியாட் அலுவலக ஜன்னல் வழியாகச் சாலையைப் பார்த்து நின்றார். ஒரு சாதாரண இரவு. வழக்கமாகப் பத்து மணிக்குக் காணப்படும் சாலையைவிட வித்தியாசமாக அவருக்கு அன்று காலை தென்பட்டது. போக்கு வரத்து பெரும்பாலும் நின்றுவிட்டிருந்தது. சோடியம் வேப்பர் விளக்குகளின் மஞ்சள் ஒளிக்கு வழக்கத்திற்கு மாறான ஜொலிப்பு இருந்தது.

பைப்பின் சப்பிய முனை காய்ச்சலின் கசப்புத் திராவகம் வடிக்கத் துவங்கியபோது அல்லியாட் பைப்பை மேஜைமீது வைப்பதற்காக மனமின்றி ஜன்னலை விட்டு வந்தார். எல்லா வரலாற்றுச் சந்திப்புகளிலும் அல்லியாட்டிற்கு காய்ச்சலாகத் தானிருந்தது. 1947 ஆகஸ்ட் 14 இரவு அவர் மலேரியா காய்ச்சல் பிடிபட்டு நடுநடுங்கிக் கொண்டிருந்தார். காந்திஜியை கொலை செய்யும்போது அல்லியாட்டிற்கு 103 டிக்ரி ஜுரம்.

"மல்லிக் நான் போறேன். நல்ல காய்ச்ச லடிக்கிறது." அல்லியாட் இன்டெர்காம் வழியாகச் சொன்னார்.

'சார்' கொஞ்ச நேரம் சொற்கள் கிடைக்காமல் குழம்பி நின்றபின் மல்லிக் சொன்னார்.

"சார். இன்றைய எடிட்டோரியல்?

     தோப்பில் முஹம்மது மீரான்

"எடிட்டோரியல்? அது எழுதத்தானே விசுவநாதனுக்குச் சம்பளம் கொடுத்து வெச்சிருக்கோம்?"

"அப்படியில்லை சார்; இன்றைய எடிட்டோரியல் சார் தான்..."

"விசுவநாதன் எழுதினால் போதும்." அல்லியாட் ஜௌரத்தின் தீவிரம் தாங்க முடியாமல் உரக்கச் சொன்னார்.

"முதல் பக்கத்தில் சார்தான்... கீழே பெயர் வந்து..."

"அது வேண்டாம்... விசுவநாதன் போதும். அதுவும் மத்தியில் பாதிப்பக்கம்."

மல்லிக் போன் கீழே வைத்த பிறகு. பாதி வட்டமான தன்னுடைய மேஜையைச் சுற்றி இருப்பவர்களைப் பார்த்தார்.

சுஹாரா நீங்கலாக, நெட் ஷிப்ட்டிலுள்ள பிற உதவி ஆசிரியர்கள், மாலையிலிருந்தே மல்லிக்கின் முன் அகதிகளைப் போன்று கூடியிருந்தனர்.

சுஹாரா மட்டும் அவளுடைய மேஜை மீது கம்ப்யூட்டரில் விழி ஊன்றிக்கொண்டிருந்தாள்.

"கேட்டீங்களா?" மல்லிக் எல்லோரையும் பார்த்துக் கூறினார்.

"சீஃப் எடிட்டர் கே.கே. அல்லியாட் வீட்டுக்குப் போறாராம். காய்ச்சல்."

"இன்று?" சித்ரா ராமகிருஷ்ணன் நம்ப முடியாமல் கேட்டாள்.

"ஆமா இன்றுதான்." மல்லிக் சொன்னார்.

"என்ன இன்று. இன்று? கொஞ்சம் டும்கள் அயோத்தியில் வீழ்ந்ததல்லாமல் இன்றைய தினத்துக்கு அல்லியாட்டைப் பொறுத்தவரையில் என்ன விசேஷம்?" சக ஆசிரியர்களில் வயது முதிர்ந்த அபிஜித் சன்னியால் சொன்னார். பாடாவதியான டைப்ரைட்டரை பயன்படுத்துவதுபோல் கம்ப்யூட்டரில் சுஹாரா பலமாக தட்டுவது கேட்டபோது அபிஜித் மவுனமானார்.

"ஆமை." விஜயன் சொன்னார்.

"ஆமை?" புதுசாக வேலைக்குச் சேர்ந்த சித்திரா ராம கிருஷ்ணன் அல்லியாட்டிற்கு அப்படியும் ஒரு பெயர் உள்ளதைத் தெரிந்திருக்கவில்லை.

"அவருடைய அந்த வாசல் திறந்து, அடிக்கடி வெளியே காட்டக்கூடிய வழுக்கைத் தலையைத் தவிர அல்லியாட்டின் உடலை யாரும் இதுவரை பார்த்ததில்லையாம்." நகுல் கேல்க்கர் விளக்கினார்.

மல்லிக் இன்டர்காம் வழியாகப் பேசினார். "விசுவநாதன்ஜி", அது செய்தி ஆசிரியர். மல்லிக், "இன்றும் சார்தான் எடிட்டோரியல் எழுதினால் போதும் என்று சீஃப் எடிட்டர் சொன்னார்." மல்லிக் அல்லியாட் பேசுவதைத் தழுவிக்கொண்டு ஆக்ஸ்போர்ட் உச்சரிப்பில் தொடர்ந்து சொன்னார். எடிட்டோரியல் உணர்ச்சி நிறைந்ததாக இருக்கக் கூடாது. விவேகத்தின் வழியை விட்டுவிடக்கூடாது. பிறகு. எக்காரணம் கொண்டும் இன்று இந்திய வரலாற்றில் கறுப்பு நாளென்று எழுதக்கூடாது.

"எதுக்காக, ஆமை அப்படி சொன்னார்?" மல்லிக் ஃபோனை கீழே வைத்தபோது விஜயன் ஆச்சரியமாகக் கேட்டார்.

"நாளை வெளியாகும் எல்லா நாளிதழ்களிலும் இந்த வாசகம் இருக்கும்." மல்லிக் சொன்னார்.

"ஆமைக்கு மொழி மீதான இந்தப் பற்று ஆக்ஸ்போர்ட்டிலிருந்து கிடைத்திருக்கும்." நகுல் கேல்க்கர் கொஞ்சம் ஆராதனை கலந்த குரலில் சொன்னார்.

"போதும்... ஆமை." வாசலைத் திறந்து தலையை வெளியே காட்டும் அல்லியாட்டைப் பார்த்தபோது விஜயன் எச்சரித்தார். விஜயனும் நகுலனும் தரையில் சிதறிக் கிடந்த நியூஸ் பிரின்ட்டின் துண்டுகளைப் பார்த்துக்கொண்டிருந்தனர். சித்ரா சிரிப்பை அடக்க முடியாமல் சிரமப்பட்டாள். அபிஜித், அல்லியாட்டின் முகத்தை வெறுப்புடன் பார்த்தார்.

"மல்லிக், முக்கியச் செய்தியை தயார் செய்யுங்க. அதன் பிரின்ட் அவுட் பார்த்துவிட்டுத்தான் நான் போகணும்." தலையை உள்ளே இழுத்தார். நேராக ஜன்னலின் முன்பக்கமிருக்கும் அவருடைய வழக்கமான இடத்திற்குச் சென்றார். சாலை வழியாக இராணுவ வீரர்களை ஏற்றிக்கொண்டு ஓரிரு டிரக்குகள் போயின. பிறகு நெற்றியில் சிவந்த கண்ணைத் துறுத்திக்கொண்டு பைத்தியக்காரத்தனமாக மணி அடித்துக்கொண்டு ஒரு தீ அணைக்கும் வண்டி சீறிப் பாய்ந்தது.

அல்லியாட் நெடிய மூச்சை விட்டு ஜுரத்தின் சூட்டை அணைக்க முயன்றார். அவர் குளியல் அறையிலுள்ள அலமாரியி லிருந்து இரண்டு மாத்திரைகளை எடுத்து விழுங்கினார். டாய்லெட்டில் சிறுநீர் கழிக்கும்போது உடல் சோர்ந்துபோய்

                                      தோப்பில் முஹம்மது மீரான்

சுவரில் சாய்ந்து நிற்கையில் அல்லியாட்டிற்கு அவருடைய எழுபது வருடங்கள் முழுதும் அனுபவப்பட்டது. குளியல் அறையிலிருந்து திரும்பவும் ஜன்னல் பக்கமாக நடக்கையில் அல்லியாட் கம்ப்யூட்டரின் முன்னால் ஒரு நிமிடம் நின்றார். அதில் எழுத்துக்களின் பிரவாகம் நின்றுவிட்டிருந்தது. ஒரு மின்மினிப் பூச்சி பின்பக்கம் போனது போன்று பச்சை ஒளியில் கர்சர் துடிக்கின்றது. திடீரென, பின்னால் காலோசை கேட்டபோது அல்லியாட் தலையைத் திருப்பிப் பார்த்தார். ஒரு பணியாள் முக்கிய செய்தியின் பிரின்ட் அவுட்டை மேஜைமீது கவனமாக வைத்துவிட்டுத் திரும்பிச் சென்றான்.

அதை வாசித்துவிட்டு அல்லியாட் இன்டெர்காம் வழியாக அவருடைய செயலாளரிடம் சொன்னார்.

"காரை தயார்படுத்தச் சொல்லுங்கள். நான் போகிறேன்."

அல்லியாட் புறப்பட்டார். மல்லிக் மேஜையைச் சுற்றி கூடியிருந்த உதவி ஆசிரியர்களைப் பார்த்துச் சொன்னார்.

"வாரீங்களா கான்டீனில் போய் டீ சாப்பிடலாம். அபிஜித் சன்யால் அங்கு இருந்தவர்களிடம் கேட்டார். கேட்டதும் விஜயனும் நகுலும் சித்ராவும் எழும்பிவிட்டனர். சித்ரா, சுஹராவை நெருங்கி தோளில் கை வைத்துக்கொண்டு கேட்டாள்.

"வாரீங்களா? ஒரு டீ குடிப்போம்."

சுஹரா, அவர்களுடைய கூட்டத்தோடு சேர்ந்ததன் எதிர் பார்ப்பின்மையில் சற்று நேரம் யாரும் எதுவும் பேசவில்லை. தனித்து இருப்பதற்குண்டான பயத்தால் மல்லிக் எழும்பி 'ஸ்போர்ட்ஸ்' ஆசிரியரின் மேஜைக்கு நேராக நடந்தார்.

நிலத்தடிக்குக் கீழ்ப்பகுதியில் உள்ள தளத்திலிருக்கும் கான்டீனுக்கு படி இறங்கும்போது குளிரின் அடுக்குகளுக்கு கனம் கூடியது. சிமெண்ட் போட்ட கான்டீனில் வெளிறிய தரையில் டீ கறையும், சிகரட் ஊன்றி அணைத்ததின் காக்கைப் புள்ளிகளும் பரவலாய் காணப்பட்டன. ஒரு கண்ணாடி அலமாரியில் கொஞ்சம் பழைய சமோசாக்கள் பரிதாப நிலையில் அடுக்கிவைக்கப்பட்டிருந்தன. ஸ்டீல் மேஜையைச் சுற்றிப் போடப்பட்டிருந்த நாலு நாற்காலிகளில் சித்ராவை தவிர மற்றவர்கள் உட்கார்ந்துகொண்டனர். சித்ரா பக்கத்திலுள்ள மேஜையிலிருந்து ஒரு நாற்காலி எடுத்துவந்து சுஹராவின் பக்கத்தில் உட்கார்ந்துகொண்டாள். அபிஜித் மிளகுத் தூள் நிரம்பியிருந்த பாட்டிலை எடுத்து மேஜைமீது தட்டியபோது பூல்சந்த் வந்தான்.

"பூல்சந்த், அஞ்சு டீ. உடனே கொண்டு வரணும்." அபிஜித்
சொன்னான்.

"பாபுஜி, நான் மட்டும்தான் இன்று. செய்தி கேட்டதும்
எல்லாரும் அவசரமாக வீடுகளுக்குப் போய்விட்டார்கள்.
கிடைக்கக்கூடிய பொருட்களை வாங்கிச் சேர்க்க."

"எதுக்கு?" சித்ரா கேட்டாள்

"தடை உத்தரவு வந்தால் கஷ்டப்படுவது ஏழைகள்."

"நீங்க ஏன் போகல்லே பூல்சந்த்ஜி?"

நான் பனியாவிடமிருந்து கொஞ்சம் பணம் கடன் வாங்கி
காஷ் செக்லுள்ள மேவாராராமுக்கு கொடுத்தேன். இருபது
கிலோ ஆட்டா மாவும். அரை மூட்டை உருளைக் கிழங்கும்
வாங்கி வீட்டில் கொடுக்க. கான்டீன் அடைத்துவிட்டால் நியூஸ்
ரூமில் உள்ளவர்கள் சிரமப்படுவார்களே, வெளியே கடைகளை
அடைத்துவிட்டனர்.

பூல்சந்த் சமையலறைக்குப் போனான். சற்று சென்ற பின்
கியாஸ் ஸ்டவ்வின் சப்தம் கான்டீனில் முழங்கியது. நரையேறிய
சுருள்முடிக்குள் கையை ஓட்டிக்கொண்டு அபிஜித் சுஹராவிடம்
கேட்டார்.

"சுஹரா, ஏன் எதுவும் பேசாம இருக்கீங்க?"

சுஹரா, தலையைத் தூக்கி அபிஜித்தைக் கடுமையாகப்
பார்த்தாள். சிறிது நேர மவுனத்திற்குப்பின் விஜயன் முகத்தில்
சிரிப்பை வரவழைத்துக்கொண்டு சொன்னார்.

"பூல்சந்தும், நண்பர்களும் மசாலா பொருட்களை வாங்க
ஓடும்போது அபிஜித் செய்தது என்னவென்று தெரியுமா?
செய்தி தெரிந்ததும் ஸ்கூட்டரில் போய் மூன்று பாட்டில் ரம்
வாங்கினார். மதுக்கடைகள் பூட்டிவிட்டால் என்ன செய்வது?"

விஜயனை தனிமைப்படுத்தாமலிருப்பதற்கான ஆர்வத்தால்
சித்ரா மட்டும் தாராளமாகச் சிரித்தாள். அபிஜித் மேஜைமீது
மிளகாய்த் தூள் பாட்டிலை கையில் வைத்துக்கொண்டு
சொன்னான். "நான் ஒரு பாதிராத்திரிக் குழந்தை. ருஷ்டியின்
பாதிராத்திரிக் குழந்தையைப்போல. 1947இல் பிறப்பு.
கொல்கத்தாவில் மதங்களிலிருந்து விலகி நின்று அறிவியல்
முன்னேற்றத்தில் நம்பிக்கை வைத்துக்கொண்டு ஒரு நேரு
மாதிரியான பருவம் என்னுடையது. தாய் ரவீந்திர சங்கீதம்
நல்லபடியாக பாடுவார்கள். அது கொஞ்சம் எனக்குக் கிடைத்தது.
அறுபதுகள் ஆன பிறகு தாகூர் பீட்டில்ஸுக்கு வழிவிட்டது."

                              தோப்பில் முஹம்மது மீரான்

"பீட்டில்ஸா? அபிஜித் நீ பழமைவாதி" சித்ரா சொன்னாள். பீட்டில்ஸ் எங்கள் தலைமுறையினருக்கு கிளாசிக்கல் சங்கீதம்.

"சித்ரா, உங்கள் தலைமுறையினர் பிறப்பதற்கு முன் வியட்நாமில் ஹோச்சிமின் என்று ஒருவர் இருந்தார். சோர்போனில் சார்த்ரே, இலண்டனில் தாரிக் அலி, வங்காளத்தில் சாரு மஜ்ம்தாரும் கனுசன்யாலும் ஜங்கல் சந்தாளும். ஒரு கயிற்றுக் கட்டிலில் படுத்துக்கொண்டு ஆக்ஸிஜன் சிலிண்டரிலிருந்து சுவாசித்துக்கொண்டு, சாரு மஜ்ம்தார் என்னுடைய உச்சியில் ஞானஸ்நான தண்ணீர் தெளித்தார். அன்று ஐ.ஐ.டி. கடம்பூரில் இருந்ததினால் தோள் பையயும் தூக்கி வர்க்கப் போராட்டம் தேடி ரொம்ப தொலைவு போக வேண்டிய தேவை ஏற்படவில்லை. பிஹாரிலுள்ள காடுகள் அருகாமையில் இருந்தது. பிறகு, எதிர்த் தாக்குதலின் காலம். கொஞ்சம் கூட்டாளிகளைக் காணவில்லை. பார்த்தவர்கள் பேசவில்லை. சிலருக்கு பைத்தியம் பிடித்திருந்தது. பைத்தியக்காரத்தனத்திற்கும் மரணத்திற்கும் தடங்கல் போட சற்று ஆத்ம வஞ்சனை, கொஞ்சம் மது அருந்துதல் கடைசியாக கால்க்கா மெயிலில் ஏறி தில்லிக்கு."

"என்னுடைய குழந்தைப் பருவம் இலகுவாக இருந்தது" நகுல் சொன்னார். பம்பாயில், சிவாஜி பார்க்கில் சிறுவர்களுக்கு எல்லாம் கவாஸ்கர் ஆகணும் என்றுதான் ஆசை."

எல்லோரும் விஜயனைப் பார்த்தனர். விஜயன் தலைகுனிந்துகொண்டான். "எனக்கு சொல்வதற்கு ஒன்றுமில்லை. இப்போது நாம், பிளேக் நோய் பரவியபோது ஒரு சத்திரத்தில் அடைத்துக் கொண்டிருந்தவர்கள் போலானோம். டெக்காமறன் கதைகள் சொன்னவர்கள்."

கொஞ்சம் கீழ் இறக்கப்பட்ட கார் கண்ணாடியின் இடைவழியாகப் பாய்ந்து வந்த குளிர் காற்றில் அல்லியாட்டின் ஜுரம் சற்றுத் தணிந்தது. தட்பவெப்ப நிலையில் திடீரென ஏற்பட்ட மாறுதலில் அவருடைய காது நரம்புகள் எழுந்தன. டிரைவரின் தோளில் தட்டிக்கொண்டு அல்லியாட் சொன்னார்: "பஹதூர், காரை டாக்டர் இக்பாலுடைய வீட்டுக்குக் கொண்டு செல்லுங்கள். எனக்குக் கொஞ்சம் முடியல்ல."

இக்பாலை பார்க்கும்போது எல்லாம் தவிர்க்க முடியாது. அல்லியாட்டிற்கு ஒரே ஒரு நினைவு மட்டும் வருவதுண்டு. இங்கிலாந்தில் உடன் படித்த மசூத் வெள்ளைத் துணியிலான கூடாரத்தின் கீழ் சுன்னத் செய்து படுக்க வைத்திருந்த தன்னுடைய முத்த மகன் இக்பாலை முதன்முதலாகக் காட்டிக்கொடுத்த நினைவு.

இக்பாலுடைய வீட்டு வராண்டாவில் வெளிச்சம் இருக்க வில்லை. அல்லியாட் உள்ளே நுழைவதற்காக இரும்பு வாசல் திறக்கும் சப்தம் கேட்டதும் ஃபாரா வெளித் திண்ணைக்கு வந்து விளக்கைப் போட்டாள்.

“மகளே, இக்பால் இல்லையா?” அல்லியாட் விசாரித்தார். ஃபாரா, எதுவும் பேசாமல் உள்ளே போனாள். கொஞ்ச நேரம் கழித்தபின் இளம் நீல நிற சல்வார் சூட் போட்டுக்கொண்டு இக்பால் வந்தான். அவனுடைய அப்பாவைப் போல் அசல் பட்டாணியாக.

“இக்பால், எனக்கு நல்ல ஜுரம், கொஞ்சம் பாரப்பா.”

இக்பால் அல்லியாட்டின் நாக்கிற்கடியில் தெர்மோ மீட்டர் வைத்தான். அதன் உலோகச் சுவை எப்போதும்போல் அன்றும் அல்லியாட்டிற்கு பரிச்சியமில்லாததாகத் தோன்றியது.

இரத்தக் அழுத்தம் பார்க்கக்கூடிய கருவியை கை தசையில் இணைத்து இக்பால் காற்று நிரப்பத் துவங்கியபோது அல்லியாட்டிற்கு கை எங்கும் கனத்தது. சோதனைக்குப் பின் இக்பால் உள்ளே சென்றான். ஒரு சிறிஞ்சில் வெள்ளை திரவம் நிறைத்துக்கொண்டு திரும்பி வந்தான். ஊசி குத்தும் நிமிடத்தில் அல்லியாட் வழக்கம்போல் கண்ணை மூடிக்கொண்டார்.

“நாளை எல்லாம் சரியாகிவிடும்.” இக்பால் சொன்னான்.

இக்பாலும் ஃபாராவும் மவுனமாயினர். அல்லியாட் எழும்பினார்.

“அங்கிள், நன்றி” ஃபாரா சொன்னாள்.

“நன்றி.”

“அங்கிள் மட்டும்தான் இன்று நடந்த விசயத்தைப் பற்றி எதுவும் சொல்லாத எங்களுடைய ஒரே ஒரு இந்து நண்பர். மீதி எங்களுக்கு நெருக்கமான எல்லா இந்து நண்பர்களும் நேரில் வந்தும் தொலைபேசி வழியாகவும் ஆறுதல் சொல்ல முயன்றனர். மரணம் விசாரித்து வரக்கூடியவர்கள் காட்டும் அதே மரியாதையுடன்.”

அல்லியாட் வெட்டித் திரும்பி இக்பாலுக்கும் ஃபாராவுக்கும் எதிர்முகமாக நின்றார். “பிள்ளைகளே, எப்போது முதல் நான் உங்களுக்கு இந்துவானேன்.”

இக்பால் கார் கதவைத் திறந்து கொடுத்தான்.

குளிர் காலமானதால் பஹதூர் காரை முன்னாடியே ஸ்டார்ட் பண்ணிவிட்டிருந்தான். இக்பாலையும் ஃபாராவையும

                                                  தோப்பில் முஹம்மது மீரான்

பார்த்துக் கை வீசியதற்குப் பின் அல்லியாட் பஹதூரிடம் சொன்னார்.

"காரை திருப்பு. ஆபீசுக்கு போ."

நியூஸ் ரூம் உறக்கக் களைப்பில்லாமல் பத்திரிகை இறக்குதற்கான கடைசி முயற்சியில் மும்முரமாயிருந்தது.

இம்முறை பிரஸ் போய்விட்டு வந்தார். சுஹரா நீங்கலாக மற்ற மூன்று உதவி ஆசிரியர்களும் கடைசிச் செய்தியை எடுக்க டெலக்ஸின் முன்னாலும், ஃபாக்ஸின் முன்னாலும் கூடி நின்றனர்.

"விசுவநாதனின் ஆசிரிய உரை குளிர்ந்துவிட்டது அல்லவா?" விஜயன் கேட்டான்.

"ஆமைக்கு அதுதானே வேணும். விவேகத்தின் ஒரே வழி?"

அபிஜித் சொன்னான்.

"ஆமை இப்பம் நல்ல உறக்கத்தில் ஆழ்ந்து இருக்கும்." சித்ரா சிரித்தபடி கூறினாள்.

'மல்லிக்' நியூஸ் ரூமில் திடீரென்று அல்லியாட்டின் குரல் முழங்கியது. உதட்டில் பைப்புடன் நீண்டு நிமிர்ந்து உரத்தக் காலடி வைத்து நியூஸ் ரூமை முதன் முறையாக அளக்கின்ற சூட் போட்ட கிழவன்தான் அல்லியாட் என்பதை சித்ராவால் நம்ப முடியவில்லை. ஸ்போர்ட்ஸ் ஆசிரியரும் பொருளாதார நிருபரும், சீஃப் எடிட்டரை நியூஸ் ரூமில் முதன்முதலாகப் பார்த்த ஆச்சரியத்தில் எழும்பி நின்றனர். மறுநாள் பத்திரிகைக்கு உசிதமான கார்ட்டூன் வரைவதில் தோல்வியுற்ற கார்ட்டூனிஸ்ட் சோர்ந்துவிட்ட கண்களுடன் கிழித்துப்போட்ட காகிதத் துண்டுகளுக்கு இடையே மல்லிக்குடைய மேஜையைக் குறிலைவத்து நடந்தார். சுருட்டிப் பிடித்துக்கொண்ட காகிதத்தோடு தன் அருகில் வரும் அல்லியாட்டை மல்லிக் விழித்துப் பார்த்தார். சுஹரா மட்டும் அவளுடைய நாற்காலியைவிட்டு எழும்பவில்லை. கீழ்ப்பகுதியில் பிரஸ்ஸிலுள்ள எந்திரங்கள் தொலைவிலுள்ள மலைகளில் மழைக்கால துவக்கம்போல் முணுமுணுத்தன.

"மல்லிக் முக்கிய செய்திக்கு தலைப்பு கொடுத்தது யார்?" அல்லியாட் பிரிண்ட் அவுட்டை மல்லிக்குடைய மேஜைமீது போட்டுக்கொண்டு கேட்டார். சுஹரா நீங்கலாக மற்ற உதவி ஆசிரியர்களெல்லாம் மல்லிக்கின் மேஜையை வளைத்தனர்.

"மல்லிக், ஏன் எதுவும் பேசல்ல. யார் தலைப்பு கொடுத்தது?" மல்லிக் திகைத்துப்போய் எதுவும் பேச முடியாமல் நின்றார்.

"அவர் யாராக இருந்தாலும் சரி, இனிமேல் இங்கு வேலை செய்ய வேண்டாம்." கோபத்தால் அல்லியாட்டின் உதடுகள் நடுங்கின. அந்நேரம் சுஹரா உட்பட நியூஸ் ரூமில் வேலை செய்யும் அத்தனை பேரும் மல்லிக்குடைய மேஜையைச் சுற்றிக் கூடிவிட்டனர்.

"நான்தான் சார்!" சுஹரா தலையைத் தொங்கப் போட்டுக் கொண்டு சொன்னாள்.

அல்லியாட் கொஞ்ச நேரம் எதுவும் பேசவில்லை. பைப்பை இழுத்துப் பிடித்துக்கொண்டு அவர் விஜயனிடம் மேஜைமீது கிடக்கும் செய்தியை எடுத்துக் கொடுக்க சைகை காட்டினார். அல்லியாட் சுஹராவின் அருகில் சென்று அவளுடைய தலையை நீவிக்கொண்டு சொன்னார். "சுஹரா! ஒரு பென்சில் குடுமா?"

மல்லிக் மேஜை மீது கிடந்த பால்பாயிண்ட் பேனாவை அல்லியாட்டிடம் கொடுத்தார். அல்லியாட் எல்லோரையும் பார்த்துச் சொன்னார். "நான் மான்சஸ்டர் கார்டியனில் பத்திரிகைப் பணி துவங்கும்போது வேல்ஸ்கார கிழட்டு ஆசிரியர் எப்போதும் சொல்வதுண்டு, 'நீல பென்சில்தான் பத்திரிகை ஆசிரியர்களின் ஆயுத'மென்று. நீல பென்சிலின் இனம் குன்றிவிட்டாலும் இந்த பேனா ஒரு ஆயுதம்; நான் இன்று சரியாகப் பயன்படுத்துவேன்."

அல்லியாட் குனிந்து நின்ற மேஜைமீது பரப்பிவைத்திருந்த முக்கிய செய்திக்கு சுஹரா தலைப்பாக கம்ப்யூட்டரில் டைப் செய்திருந்த 'சர்ச்சைக்குரிய கட்டிடம் தகர்க்கப்பட்டது' என்ற தலைப்பில் முதல் சொல்லை உளி போன்று பேனாவை இறுக்கிப் பிடித்துக்கொண்டு பலமுறை வெட்டினார். பிறகு நடுங்கும் கைகளால், பார்க்கின் வெனிஸ்த்தின் சாயல் கலந்த பெரிய எழுத்துக்களால் வெட்டிய சொல்லின் மேல்பகுதியில் எழுதினார்.

'பாபர் மஸ்ஜித்.'

சுஹராவுடைய பெரிய கண்களிலிருந்து மடமட வென்று கண்ணீர் துளிகளாக ஒழுகியது. அல்லியாட்டிடம் சொன்னாள்.

"நன்றி சார்!"

மீண்டும் ஜூரம் கூடியதால் தலைகுனிந்து நடந்து அல்லியாட் தன்னுடைய அறைக்குள் நுழைந்து கதவு மூடும் வரை நியூஸ் ரூமில் இருந்த அனைவரும் அவரை அசையாமல் பார்த்து நின்றனர்.

சமநிலைச் சமுதாயம், ஏப்ரல் 2004

   தோப்பில் முஹம்மது மீரான்

அன்பின் திறவுகோல்

பி.கே. பாறக்கடவு

கப்ருகளுக்குள்ளிருந்து வெளியேறிய அவர்கள் உருவமற்றவர்களாய் இருந்தனர். இரவின் ஏதோ ஒரு ஜாமத்தில் அருகருகே இரண்டு கப்ருகளின் இடுக்குகளிலிருந்து மீஸான் கற்களில் ஒட்டியிருந்த மண் துகள்கள் வழியாக நீல ஒளிகள் வெளியே வந்தன.

முன்பு... பல வருடங்களுக்கு முன்பு... அந்த இரண்டு நீல ஒளிகள் அருகருகே வசித்து வந்திருந்த ஓர் ஆணும் பெண்ணுமாக இருந்தனர்.

ஒரு ஸ்கூட்டர் விபத்தில் அந்த ஆடவன் இறந்துவிட்டான். பெண் நிமோனியா நோயினாலும். என்ன ஆச்சரியமோ, அவர்கள் பக்கத்துப் பக்கத்து கப்ருகளில் அடக்கம் செய்யப்பட்டனர். நமது வசதிக்காக அவர்களை 'ரசாக்' என்றும் 'ரசியா' என்றும் அழைப்போம்.

கப்ருக்குள் குளிர்ந்து உறைந்துபோன தனிமை யில் தீர்ப்பு நாளின் காலடி ஓசைக்கு இன்னும் எவ்வளவு யுகங்கள் பாக்கியுள்ளனவென்று கணக்கு பெருக்கிப் பார்க்கும் சமயம், ஒரு நீல ஒளி ரசாக்கின் குழி மாடத்தில் தோன்றியது.

"இறைவா!" ரசாக் கூப்பிட்டான்.

உயிர் வாழ்ந்திருந்த காலம் பக்கத்துப் பக்கத்து வீடுகளில் தங்கியிருந்தபோதிலும் ஒருமுறைகூட

ரசியா இப்படி என் தனிமைக்கு துணையிருக்க வந்ததில்லை. அதற்கான தேவையும் ஏற்படவில்லையே. எல்லா வகையிலும் அவர் ஒரு நல்ல கணவனாக இருந்தார். மனைவி, குழந்தைகள், வீடு என்று அவர் அந்த வட்டத்திற்குள் மகிழ்ச்சியோடு ஒதுங்கி வாழ்ந்துகொண்டார்.

ரசியா சொன்னாள்:

"நானும் அப்படித்தானே. கணவன், குழந்தை இவற்றைக் கடந்த ஒருவர் வாழ்க்கை எனக்கு இருக்கவில்லையே."

அவருடைய மனசை இந்தப் பெண் வாசித்துப் புரிந்து கொண்டதில் ரசாக் ஆச்சரியப்படவில்லை.

மரணத்திற்கு இப்படிப்பட்ட கொஞ்சம் நன்மைகள் உள்ளன – பிறருடைய சிந்தனைகளைக் கூட வாசித்துப் புரிந்து கொள்ள முடியும்.

இல்லாவிட்டாலும் கூட ஒரு வாசல்வழியாக வெளியே வரும்போது திறக்கப்படும் ஓராயிரம் அற்புதங்களின் வாசல்களைப் பற்றி உயிர் வாழ்ந்திருப்போரிடம் எப்படிச் சொல்ல முடியும்?

வாழ்க்கையின் இறுதி மூச்சும் நின்றுவிடுவதோடு அற்புதங்களின் ஒரு திறவுகோல் யாரோ நமது கைகளில் தருகிறார்.

அவர்கள் ஒருவருக்கொருவர் மனங்களை வாசிக்கத் துவங்கினார்கள்.

தொலைவில் யாரோ சூரியனுக்கு நேராக இரண்டு அசைகின்ற கண்ணாடிகள் பிடித்தாற்போல நீல ஒளியின் இரு கீற்றுகள் அசைந்து விளையாடின.

நான் இங்கு வரும்போது அவள் மருத்துவமனையில். மனசின் சமநிலை தவறிய அவளை மருத்துவமனையில் மயக்கிப் படுக்க வைத்திருந்தார்கள்.நான் அந்த மருத்துவமனையில் அவளுடைய கட்டிலுக்கு மேலே பலவட்டம் பறந்து திரிந்தேன்.

வெகுநேரமாக நான் அவளைக் கூப்பிட்டுக் கொண்டிருந்தேன். ஆனால் இறந்தவர்களுடைய பேச்சைக் கேட்பதற்கு உயிர்வாழ்ந்திருப்போர்களின் காதால் முடியாதே. கடைசியாக அவளை மருத்துவமனை படுக்கையில் பார்த்துவிட்டுதான் நான் இங்கு வந்தேன்.

டாக்டர் யாரிடமோ சொன்னார்:

    தோப்பில் முஹம்மது மீரான்

"திடீர் மரணமல்லவா, ஷாக்கடித்துவிட்டது. சில வேளை இந்த ஷாக்கிலிருந்து வாழ்க்கை முச்சூடும் மீளமுடியுமென்று சொல்வதற்கில்லை."

அதற்குப்பின் எனக்கு தினமும் எதிர்பார்ப்புதான். அற்புதங்களின் திறவுகோல் எப்போது அவன் கைக்கு வந்து சேரும்? ஆனால் வருடங்கள் எத்தனையோ கடந்தபின்னும் அவள் வரவில்லை சிலவேளை என்னை நினைத்து நித்திய நோயாளியாக..!

ரசாக்கிற்கு தொடர்ந்து பேசமுடியவில்லை. அவன் கண்கள் நிரம்பின.

"கூடாது. இறந்தவர்கள் அழக்கூடாது. நாம்தான் பிறரை அழவைக்க வேண்டும்." ரசியாவின் விரல்கள் அவனுடைய கன்னத்திற்கு நேராக நீண்டு செல்லும் முன், அவன் கண்ணீரைத் துடைத்தான். பிறர் யாருடைய விரல்களும் ஓர் உலகத்திலிருந்தும் என்னுடைய கண்ணீரைத் துடைப்பதற்கு நீண்டு வரக்கூடாது."

"என்னுடைய கதையைக் கேட்டால் உங்களுடைய துக்கம் ஒரு துக்கமே இல்லையென்று புரியும்." ரசியா சொல்ல ஆரம்பித்தாள்.

ஜுரம் பிடித்துக் கிடக்கையில் விழித்திருந்து அவளுக்குப் பணிவிடை செய்த கணவனின் சித்திரத்தை அவள் தீட்டத் துவங்கினாள். மீசான் கற்களில் அவள் நகத்தால் கிறுக்கினாள் – முகம் குனிந்தபடி ஒரு மந்திர ஜபம் போலிருந்தது அவளுடைய சொற்கள்.

ஜுரம் பிடித்த ஏழாவது நாள். சுட்டுப் பொசுக்கும் ஜுரப் படுக்கையில் உணர்வான உணர்வுகளின் மெல்லிய நூலிழையில் படுத்திருக்கும்போதுதான் அறுதலின் திறவுகோலுடன் யாரோ நுழைந்து வந்தார்.

முதலில் படுக்கையிலிருந்து உடலை விட்டு நான் வெளியேறினேன். பிறகு படுக்கை அறையில் கொஞ்சம் பறந்து திரிந்தேன். அடுப்பங்கரையில், டிராயிங் ரூமில், வரவேற்பறையில் எல்லாவற்றையும் பார்த்தும், எதையும் பாராமல், நான் ஒரு தும்பியைப்போல் பறந்து திரியும் நேரந்தான், உறவினர்கள் ஒன்றுகூடி ஒப்பாரி வைத்துக்கொண்டு கணவனுடைய அறைக்கு ஓடிப்போவதைப் பார்த்தேன்.

பின்னே அனைத்தும் திடீரென்றிருந்தது. காரில் கைத் தாங்கலாக ஏற்றிக்கொண்டு, சிதறிக் கிடந்த மீதி மாத்திரைகளையும் எடுத்துக்கொண்டு யாரெல்லாமோ மருத்துவமனைக்கு.

எனக்கு கவலையாக இருக்கவில்லை. முடிவற்ற நித்திரை அவரை ஆசீர்வதிக்கவில்லையே என்ற வேதனையுடன் நான் நினைத்துப் பார்த்தேன்.

அன்பின் நிறம் என்னவென்று நான் முதல் முதலாகத் தெரிந்துகொண்டது அன்றுதான்.

உண்மையைச் சொல்கிறேன். இருள் திரண்டு மூடிய இந்த குழிமாடத்திற்குள் கணவனுடைய அன்பின் வெளிச்சந்தான் எனக்குத் துணை !

சிறிது நேர மவுனத்திற்குப்பின் அவள் சொன்னாள்.

இத்தனை வருடங்களாக படுக்கை அறையில் என்னுடைய பெரிய புகைப்படம் வைத்து அதற்கு முன் என் கணவர் அன்பின் ஒரு திரி பற்ற வைப்பதை நான் பார்க்கிறேன். அவளுடைய கண்கள் மனப்பூரிப்போடு மூடிவிட்டன.

திடீரென மவுனத்தையும், இருளையும் கிழித்துப் பிளந்துகொண்டு ஒரு நடுநிசி நரி ஊளையிட்டது.

"நமக்குப் போக வேண்டாமா ?"

இருளின் கறுப்புப் போர்வை விலகுமுன் அவர்கள் தங்களுடைய இணைகளைத் தேடிப் புறப்பட்டனர்.

ஆயுதங்கள் ஏற்றிச் செல்லும் வாகனங்கள். ரோந்து சுற்றும் இராணுவ வீரர்கள்.

"நமது நாடு நாலைந்து வருடங்களில் பெரும் மாற்றம் கண்டுவிட்டது". ரசாக் சொன்னார்.

"மாற்றமில்லாமல் நிற்பவை நமது நேசத்துக்குரியவர்களும், அவர்களுடைய அன்பும் மட்டுமே" – ரசியா சொன்னாள்.

கதை சொல்லியும், காட்சிகள் கண்டும் அவர்கள் பயணம் தொடர்ந்தனர். சோர்வு தட்டும்போது அவர்கள் இலைகள் இல்லாத மரக்கொப்புகளில் தஞ்சமடைந்தனர்.

"அதோ ஆறு." வற்றி வறண்டுவிட்ட தாழ்வரைகளைச் சுட்டிக்காட்டி அவர் சொன்னார்.

"ஆறாகயிருந்து" வறண்டுவிட்ட பூமியின் மார்பிடத்தைப் பார்த்து அவள் திருத்தம் செய்தாள்.

கருகிவிட்ட தென்னை ஓலைகளுக்கிடையினூடாக எல்லாம் பார்த்துக்கொண்டு அவர்கள் பறந்துகொண்டேயிருந்தனர்.

                              தோப்பில் முஹம்மது மீரான்

"அந்தா நம்முடைய வீடுகள்." ரசாக் விரல் சுட்டிக்காட்டிய இடத்திற்கு நேராக அவள் பார்த்தாள். அருகருகே ஓடு வேய்ந்த இரு வீடுகள்.

ஆம்! அவர்களுடைய பழைய வீடுகளேதான்.

சொர்க்கம் பூமிக்கு இறங்கி வந்த பழைய தினங்களை நினைத்து அவர்களுடைய இதயங்கள் துடித்தன. இறந்தவர்களுடைய இதயங்களும் துடிக்குமென்று அன்று முதல்முறையாகத் தெரிந்துகொண்டனர்.

முதலில் அவர்கள் செய்துகொண்ட ஒப்பந்தம் மீறாமலிருக்க அவர்கள் இருவரும் ரசாக்கின் வீட்டுக்குள் நுழைந்தனர். பெரிய வாசல்வழியாக இரண்டு நீல ஒளிகளின் கீற்றுகள் உள்ளே வந்தன.

வீடெங்கும் தூசி படிந்து கிடக்கிறது. திணற வைக்கும் மவுனம். சுவர்மீது பல்லிகளும் அட்டைகளும் இழைகின்றன.

"இறைவா! என் மனைவிக்கும் குழந்தைகளுக்கும் என்ன நேர்ந்தது?" ரசாக் தரையில் தளர்ந்து உட்கார்ந்துவிட்டார். அவர்கள் வீட்டைவிட்டு வேறு ஏதாவது ஊருக்குப் போனார்களா? இல்லை, நகரவாசல்கள் அவர்களுக்காகத் திறக்கப்பட்டதா? அச்சத்தின் பகலிரவுகளில் – ஒரு நிமிடம் அவர் புதைகுழிக்குள் குளிர்ந்து உறைந்த தனிமையைத்தான் ஆசைப்பட்டார்.

ரசியா அவரைத் தாங்கிக்கொண்டாள்! எதுவும் உரையாடாமல் அவரையும் கூட்டிக்கொண்டு அவள் அவளுடைய வீட்டுக்குப் பறந்தாள்.

முற்றத்தில் நிசாகந்தி பூத்து நிற்கின்றது. இரண்டு நீல ஒளிகள் ஜன்னல் கம்பிகளுக்கிடை வழியாக அவளுடைய பழைய படுக்கை அறைக்குள் நுழைந்தன.

தொலைவில், அதிகத் தொலைவில், வேறு ஏதோ உலகத்தில், ஏதோ சூரியனுக்கு நேராக யாரோ பிடித்த கண்ணாடி அசைகின்றது.

நீல ஒளிக் கீற்றுகள் பைத்தியக்காரத்தனமாக அசைவு வேகத்தில் ஆடி விளையாடுகின்றன.

"என் கணவர் நிம்மதியாக உறங்குகிறார்" – கீழே படுக்கையைப் பார்த்துக்கொண்டு ரசியா சொன்னாள்.

"என் மனைவி அந்த மார்பில் தளர்ந்து உறங்குகிறாள்" ரசாக்கும் ஒரு மன ஆறுதலோடு சொன்னார்.

சமநிலைச் சமுதாயம், செப்டம்பர் 2009